வருங்காலம் இவர்கள் கையில்

அடுத்த சில பத்தாண்டுகளைத் தீர்மானிக்கப்போகும்
இளம் நிறுவனங்களைப்பற்றி...

வருங்காலம் இவர்கள் கையில்

அடுத்த சில பத்தாண்டுகளைத் தீர்மானிக்கப்போகும்
இளம் நிறுவனங்களைப்பற்றி...

என். சொக்கன்

ZDP
SPECIFICS

Title: Varunkaalam Ivargal Kaiyil
Author's Name: N Chokkan

Published by ZDP Specifics

SPECIFICS

(An imprint of Zero Degree Publishing)
No. 55(7), R Block, 6th Avenue,
Anna Nagar,
Chennai - 600 040

Website: www.zerodegreepublishing.com
E Mail id: zerodegreepublishing@gmail.com
Phone: 89250 61999

ZDP Specifics First Edition: December 2023
ISBN: 978-93-95222-27-3
TITLE NO ZDPS: 65

Cover Design & Layout: Vijayan, Creative Studio

பொருளடக்கம்

1. அறிமுகம்

ஒரு நிறுவனத்தின் மதிப்பை எது தீர்மானிக்கிறது?

அவர்கள் தயாரிக்கின்ற பொருள்கள் அல்லது சேவைகள் எந்த அளவு பிரபலமாக இருக்கின்றன என்பதைவைத்து ஒரு நிறுவனத்தைப் பெரியது அல்லது சிறியது என்று வரையறுக்கலாமா? அந்தப் பொருள்கள் எந்த அளவு விற்பனையாகின்றன என்பதைக் கவனிக்கலாமா? மொத்த வருவாயை விடுத்து லாபத்தைமட்டும் கணக்கில்கொள்ளலாமா? அவர்கள் நேரடியாகவும் மறைமுகமாகவும் எத்தனை பேருக்கு வேலை தருகிறார்கள் என்பதைப் பார்க்கலாமா? அந்த நிறுவனத்தின் சமூகசேவைகளைக் கருத்தில்கொள்ளலாமா? அவர்களுடைய தயாரிப்புகளால் சமூகம் எந்த அளவு பலன்பெறுகிறது என்பதை நோக்கலாமா? சிறுபான்மையினர், மாற்றுத்திறனாளிகளுக்கு அவர்கள் எப்படி ஆதரவளிக்கிறார்கள் என்று பார்க்கலாமா? பெரிய பிரபலங்களில் யாரெல்லாம் அந்நிறுவனத்தின் தயாரிப்புகளைப் பயன்படுத்துகிறார்கள் என்று கணக்கிடலாமா? அவர்களுடைய ஃபேஸ்புக் பக்கத்துக்கு எத்தனை லைக் விழுந்திருக்கிறது, அவர்கள் வெளியிட்ட சமீபத்திய வீடியோ எந்த அளவு வைரலாகியிருக்கிறது என்றெல்லாம் கண்காணிக்கலாமா?

இப்படிப் பல 'காரணி'கள் இருந்தாலும், அவற்றை எல்லாரும் ஏற்றுக்கொள்வார்கள் என்று சொல்வதற்கில்லை. இதனால், ஒருவருக்குப் பெரியதாகத் தோன்றுகிற நிறுவனம், இன்னொருவருக்கு மிகச் சாதாரணமானதாகத் தோன்றலாம். இவர் பெரிதாக மதிக்கிற நிறுவனத்தை அவர் ஏற்க மறுக்கலாம்

ஆகவே, இந்தக் கேள்வியைக் கொஞ்சம் மாற்றிக்கொள்ளலாம்: மதிப்பு என்பதைவிட, சந்தைமதிப்பு என்பதைப் பார்க்கலாம்.

ஒரு நிறுவனத்தை சந்தை எப்படி மதிக்கிறது? அந்த நிறுவனத்துக்கு அவர்கள் எத்தனை டாலர் மதிப்பெண் போடுகிறார்கள்?

இங்கே சந்தை என்பது எப்படி வேலைசெய்கிறது, அங்கே ஒரு நிறுவனத்தின் மதிப்பு எப்படித் தீர்மானிக்கப்படுகிறது, அது ஏன் டாலர்களில் குறிப்பிடப்படுகிறது, அது ஏன் அவ்வப்போது ஏறி இறங்குகிறது என்பதுபோன்ற தொழில்நுட்பக் கேள்விகளுக்குள் போகவேண்டாம், ஒரு பேச்சுக்கு, இந்தச் சந்தைமதிப்புதான் அந்த நிறுவனத்தின் உண்மையான மதிப்பு என்று வைத்துக்கொள்வோம்.

இப்படிச் சந்தையால் ஒரு பில்லியன் (நூறு கோடி) டாலர் அல்லது அதற்குமேல் மதிப்பிடப்படும் தொடக்கநிலை நிறுவனங்களுக்கு பிஸினஸ் உலகம் ஒரு செல்லப்பெயர் வைத்திருக்கிறது: *Unicorn!*

யுனிகார்ன் என்பது, ஒரு பழங்காலக் கற்பனை மிருகம். அதன் நெற்றியில் ஒரு கொம்பு முளைத்திருக்கும். அதனைத் தூய்மை, அழகின் சின்னமாகவே சொல்வார்கள்.

புதிதாகத் தொழில்தொடங்குகிற எல்லாருக்குமே, தங்கள் நிறுவனம் ஒரு பெரிய நிலைக்கு உயரவேண்டும் என்கிற கனவு இருக்கும். அதற்காக இரவுபகலாக உழைப்பார்கள், தரமான தயாரிப்புகளை/சேவைகளை வழங்கி வாடிக்கையாளர்களிடம் நல்ல பெயர் வாங்குவார்கள், சிறந்த நபர்களை வளைத்துப்போட்டு நிறுவனத்தை மேம்படுத்துவார்கள். தெரிந்தவர்கள், தெரியாதவர்களையெல்லாம் அறிமுகப்படுத்திக்கொண்டு நெட்வொர்க்கைப் பெருக்குவார்கள்.

ஆனால், இந்தப் பந்தயத்தில் தாங்கள் ஜெயித்துவிட்டோம், அல்லது, ஜெயித்துக்கொண்டிருக்கிறோம், சரியான திசையில்தான் சென்றுகொண்டிருக்கிறோம் என்றெல்லாம் அவர்கள் அறிவது எப்படி?

ஓட்டப்பந்தயத்தில் ஏழு பேர் ஓடுகிறார்கள் என்றால், அவர்களுக்குமுன்னே ஒரு ரிப்பன் கட்டப்பட்டிருக்கிறது, அல்லது, நீளமான கோடொன்று வரையப்பட்டிருக்கிறது. அந்த இலக்கை மனத்தில் வைத்துக்கொண்டுதான் அவர்கள் ஓடிவருகிறார்கள், அதைத் தொடவேண்டும் என்ற துடிப்புடன் முன்னேறுகிறார்கள்.

அதுவே நெடுந்தூர ஓட்டப்பந்தயம் என்றால், இலக்கு பல கிலோமீட்டர்கள் தள்ளியிருக்கும், ஓடும்போது அதைப் பார்க்க இயலாது.

ஆகவே, ஒவ்வொரு கிலோமீட்டரிலும் ஓர் அறிவிப்புப்பலகையோ கொடியோ பொருத்தியிருக்கிறார்கள். ஓடிவருகிறவர்கள் அதைப்பார்த்துத் தாங்கள் எவ்வளவு தூரம் வந்திருக்கிறோம், இன்னும் எவ்வளவு தூரம் செல்லவேண்டும் என்று தெரிந்துகொள்கிறார்கள்.

ஒருவேளை அப்படி எந்த அறிவிப்புப்பலகையும் இல்லாவிட்டால், ஓடுகிறவர் தன் மொபைலில் ஏதோ ஓர் அப்ளிகேஷனைப் பயன்படுத்தித் தான் ஓடியுள்ள தூரத்தைத் தெரிந்துகொள்கிறார். அதுவும் இல்லையென்றால், தன் மனத்துக்குள்ளாவது ஒரு கணக்குப்போட்டுக்கொண்டுதான் ஓடுகிறார்.

இத்தனைக்கும் காரணம், முன்னேற்றம் என்பது நமக்குக் கண்ணெதிரே தெரியவேண்டும், அப்போதுதான் நாம் ஊக்கத்துடன் ஓடுவோம்.

மாறாக, எவ்வளவுதூரம் ஓடியிருக்கிறோம் என்பதும் தெரியாமல், இன்னும் எவ்வளவுதூரம் ஓடவேண்டும் என்பதையும் சொல்லாமல் ஓடச்சொன்னால் சலிப்புதான் வரும். நாம் முன்னேறுகிறோம் என்பதை நாமே உணர்ந்தால்தான் ஓட்டத்தில் சுவாரஸ்யமிருக்கும்.

சொந்தமாகத் தொழில்தொடங்குகிறவர்கள், சிறு நிறுவனங்களில் தங்கள் உழைப்பை முதலீடு செய்கிறவர்கள் எல்லாருக்கும் இது ஓர் அவசியத்தேவை. தாங்கள் சரியான திசையில் முன்னேறிக்கொண்டிருக்கிறோம் என்பதை உறுதிசெய்துகொள்வதன்மூலம் அவர்கள் இன்னும் முனைப்புடன் உழைக்கிறார்கள்.

'யுனிகார்ன்' என்பது அப்படிப்பட்ட ஓர் அங்கீகாரம்தான். வேறு யாரோ அல்ல, சந்தையே சொல்லிவிட்டது, 'உன் மதிப்பு ஒரு பில்லியன் டாலர், நீ ஒரு யுனிகார்ன்!'

இதைக்கேட்டு அவர்கள் மகிழ்ந்துபோய் அங்கேயே நின்றுவிடப்போவதில்லை. இரண்டு பில்லியன், மூன்று பில்லியன் என்று முன்னேறிச்செல்லவே விரும்புவார்கள். ஆனால் அப்போதும், அந்த முதல் பில்லியன் மறக்காது.

சிறு நிறுவனங்களில் பணிபுரிகிற எல்லாருமே, 'யுனிகார்ன்' அடையாளத்தைப் பெரிய கௌரவமாகக் கருதுவது இதனால்தான். பல நேரங்களில் அவர்களுடைய உழைப்புக்கு முதல் பெரிய அங்கீகாரம் அதுதான்.

இன்றைக்கு உலக அளவில் பல 'யுனிகார்ன்'கள் இருக்கின்றன. 'அவற்றில் பல நிறுவனங்கள் உண்மையில் யுனிகார்ன்களே அல்ல, அவற்றின் மதிப்பு ஊதிப் பெரிதுசெய்யப்பட்டிருக்கிறது' என்று விமர்சனமும் இருக்கிறது. அந்தப் பிரச்னை முதலீடு செய்கிறவர்களுடையது, நாம் கொஞ்சம் ஒதுங்கிநின்று, இந்த நிறுவனங்களை யுனிகார்ன்களாக ஆக்கியது என்ன என்று பார்ப்போம்.

'ஸ்டார்ட்டப்கள்' எனப்படும் தொடக்கநிலை நிறுவனங்கள் எல்லாப் பக்கங்களிலும் குவிந்துகொண்டிருக்கிற நேரம் இது. இதற்கு அதிக முதலீடு தேவையில்லை, பெரிய அலுவலகமோ, கோட், சூட்டோ அவசியமில்லை, பெரிய நகரங்கள், வளர்ந்த நாடுகளில்தான் வசிக்கவேண்டும் என்கிற கட்டாயமில்லை, நுனிநாக்கு ஆங்கிலம் தேவையில்லை... நல்ல யோசனையும் உழைக்கிற ஆர்வமும் இருந்தால் யார்வேண்டுமானாலும் ஒரு நிறுவனத்தைத் தொடங்கி நடத்தலாம் என்கிற சூழ்நிலை.

ஆனால், இப்படி ஆர்வத்துடன் தொடங்கப்படுகிற நிறுவனங்களில் பலவும் முதலாண்டைக்கூடத் தாண்டுவதில்லை என்கின்றன புள்ளிவிவரங்கள். பத்தில் ஒரு நிறுவனம் பிழைத்து முன்னேறினாலே அதிகம்.

இந்த நேரத்தில், சில நிறுவனங்கள்மட்டும் 'யுனிகார்ன்'களாக வளர்கின்றன என்றால், அவற்றில் ஏதோ விசேஷம் இருக்கவேண்டுமல்லவா? அவற்றைத் தொடங்கியவர்களின் லட்சியவெறியாக இருக்கலாம், அவர்களோடு இணைந்தவர்களின் தெம்பூட்டும் உழைப்பாக இருக்கலாம், அவர்கள் தேர்ந்தெடுத்த தயாரிப்பு/சேவையின் சிறப்பாக இருக்கலாம், அதனை சந்தைக்குக் கொண்டுவரப் பயன்படுத்திய உத்திகளாக இருக்கலாம், விலையைத் தீர்மானித்த நுட்பமாக இருக்கலாம், மக்களுடைய சிந்தனைமாற்றமாக இருக்கலாம், இவை அனைத்தும் கலந்த இன்னொன்றாகவும் இருக்கலாம்... ஒவ்வொரு யுனிகார்னும் நமக்கொரு கதையைச் சொல்கிறது.

ஒரு யுனிகார்ன் ஜெயிக்கிறது என்றால், இன்னொரு பக்கம் பல நூறு நிறுவனங்கள் தோற்கின்றன, அவற்றிடமும் நாம் கற்றுக்கொள்வதற்கான பாடங்கள் இருக்கும். ஆனால், முதலில் ஜெயித்தவர்களைப் பார்ப்போமே!

வெவ்வேறு துறைகளில் தொடங்கப்பட்டு அதிவிரைவாக யுனிகார்ன் நிலையை எட்டிய நிறுவனங்கள் எப்படி ஜெயித்தன? அவற்றைத் தொடங்கியவர்கள் என்னமாதிரி பின்னணியிலிருந்து வந்தவர்கள், இப்படியொரு நிறுவனத்தைத் தொடங்கவேண்டும் என்கிற யோசனை அவர்களுக்கு எப்படி வந்தது, இதுதான் அவர்களுடைய முதலாவது தொழில்முயற்சியா? அல்லது, இதற்குமுன் வேறு ஏதேனும் முயன்று வென்றிருக்கிறார்களா? தோற்றிருக்கிறார்களா? அந்த வெற்றி, தோல்வியை அவர்கள் எப்படி எடுத்துக்கொண்டார்கள்? திடீரென்று அவர்கள்மீது புகழ்வெளிச்சமும் பணமும் வந்து குவியும்போது அவர்களுடைய மனநிலை எப்படி மாறியது, அவர்களைச் சுற்றியிருக்கிறவர்கள் எப்படிப்பார்த்தார்கள், இந்த வெற்றிக்கு உதவியவர்கள், வழியில் அவர்களைக் காலைவாரிவிட்டவர்கள் யார் யார்...

யுனிகார்ன்களின் கதையை வாசிக்கவாசிக்கப் பிரமிப்பு அதிகரிக்கிறது.

இத்தனைக்கும் இந்தச் சிறு நிறுவனங்களைப்போல் பல மடங்கு வெற்றிபெற்ற மிகப்பெரிய நிறுவனங்களெல்லாம் அதே ஊரில், அதே துறையில் இருக்கின்றன. ஆனால், அவர்கள் இருபது, முப்பது ஆண்டுகளாகச் சிரமப்பட்டு அடைந்த வெற்றியை, இந்த நவீன நிறுவனங்கள் சில ஆண்டுகளுக்குள் எட்டிவிடுகின்றன. சிலர்மட்டுமே வேலைசெய்கிற நிறுவனங்களெல்லாம் பில்லியன் கணக்கைத் தாண்டி முன்னேறுகின்றன என்றால், இந்தத் தலைமுறையின் மேலேயே ஒரு புதிய நம்பிக்கை பிறக்கிறது. 'இவங்ககிட்ட ஏதோ இருக்கு' என்று பெரிய நிறுவனத்தினர்கூட எட்டிப்பார்க்கிறார்கள், அவர்களைக் காப்பியடித்துத் தங்களுடைய பிஸினஸ் நடைமுறைகளையும் மாற்றிக்கொண்டு 'நாங்களும் யூத்துதான்' என்கிறார்கள்.

இதனால், இப்போது படித்துக்கொண்டிருக்கும் அடுத்த தலைமுறையினரின் சிந்தனைக்கோணமும் மாறியிருக்கிறது. பலர் படிப்பை முடித்துவிட்டு ஒரு நல்ல நிறுவனத்தில் வேலைக்குச் சேரவேண்டும் என்று எண்ணுவதற்குப் பதிலாக, 'நாம ஒரு நிறுவனம் ஆரம்பிச்சு நாலு பேருக்கு வேலை கொடுக்கணும்' என்று நினைக்கிறார்கள். காரணம், அவர்கள் கண்ணெதிரே பார்த்த யுனிகார்ன்களின் வளர்ச்சிதான்.

ஒவ்வொருநாளும் நம் வாழ்க்கையைத் தொட்டுக்கொண்டிருக்கிற இந்த இளம் நிறுவனங்களை ஒவ்வொன்றாக அருகேசென்று பார்ப்போம், புரிந்துகொள்வோம், கற்றுக்கொள்வோம்!

2. Airbnb

வாடகைதரக் காசில்லை.

என்ன செய்யலாம்?

நண்பர்களிடம் கடன் வாங்கலாம், ஏதாவது விலைமதிப்புள்ள பொருளை விற்கலாம், அடகுவைக்கலாம், வீட்டுச் சொந்தக்காரரிடம் இன்னும் பத்து நாள் நேரம் கேட்கலாம், எதுவும் சரிப்படாவிட்டால், வீட்டைக் காலி செய்துவிட்டு இன்னொரு வீடு பார்க்கலாம்.

இப்படி வாடகையைத் தர இயலாமல் சிரமப்படுவது, அவமானகரமான விஷயம்தான். ஆனால் என்ன செய்ய? வீடில்லாமல் வாழமுடியுமா? உணவு, உடை, உறைவிடம் என அடிப்படைத் தேவைகளில் அதுவும் ஒன்றாயிற்றே!

ப்ரயன், ஜோ இருவரும் யோசித்தார்கள். எப்படியாவது இந்த வாடகைப்பிரச்னையைத் தீர்த்தாகவேண்டும், அதுவும் உடனே.

அப்போது அவர்கள் ஊரில் (சான் ஃப்ரான்சிஸ்கோ) ஒரு தொழில்நுட்பக் கருத்தரங்கம் ஏற்பாடாகியிருந்தது. அதற்காகப் பல நகரங்களைச் சேர்ந்தவர்கள் அங்கே வந்து குவிந்திருந்தார்கள்,

எல்லா விடுதிகளும் 'ஹவுஸ் ஃபுல்', அதாவது, 'ஹோட்டல் ஃபுல்'.

இதைக் கவனித்தபோது, அவர்களுக்கு ஒரு யோசனை பிறந்தது, 'நம்ம வீட்ல ஒரு அறை சும்மாதானே இருக்கு, அதை வாடகைக்கு விட்டா என்ன?'

'வாடகைக்கா?'

'ஆமா, ஒரே ஒருநாள்மட்டும் வாடகை, ராத்திரி தங்கிக்கலாம், காலையில டிஃபனும் உண்டு, சாப்பிட்டுட்டுக் கிளம்பிடவேண்டியதுதான். வாடகை எண்பது டாலர்.'

'இத்தனூண்டு அறைக்கு எண்பது டாலரா, எவன் கொடுப்பான்?'

'ஊர்ல எல்லா ஹோட்டலும் நிரம்பியிருக்கு, இந்தக் கருத்தரங்குக்கு வர்றவங்கள்ல தங்கறதுக்கு அறையில்லாம தவிக்கறவங்க பலர் இருப்பாங்க, அவங்கள்ல சிலர் இங்கே வரலாமே!'

'வருவாங்களா?'

'முயற்சிசெஞ்சுபார்ப்போமே!'

'சரி.'

அவர்கள் இருவரும் மளமளவென்று வேலையில் இறங்கினார்கள். அந்த அறையில் தங்கப்போகிறவர்களுக்காக மூன்று காற்றுமெத்தைகளை எடுத்துப்போட்டார்கள். அதைப் புகைப்படம் பிடித்தார்கள், அந்தப் புகைப்படத்தை வைத்து ஓர் இணையதளத்தை உருவாக்கினார்கள், 'எங்கள் அறையில் தங்க வாருங்கள்' என்று அறிவித்தார்கள். யாராவது வருவார்களா என்று காத்திருந்தார்கள்.

உடனடியாக, மூன்று மெத்தைகளும் நிரம்பிவிட்டன. அதாவது, மூன்றுபேர் (அவர்களில் ஒருவர் இந்தியர்) அவர்களுடைய வீட்டில் தங்க விருப்பம் தெரிவித்திருந்தார்கள். ப்ரயனும் ஜோவும் அவர்களை வரவேற்று, உபசரித்து அனுப்பினார்கள். தலைக்கு எண்பது டாலர் பெற்றுக்கொண்டார்கள்.

அவர்களுக்கு ஒருபக்கம் 'அட, சும்மாக்கிடந்த அறைக்கு இவ்வளவு பணமா' என்று ஆச்சர்யம், இன்னொருபக்கம், இதனால் வாடகைப்பிரச்னை தீர்ந்த நிம்மதி!

இதைப்பற்றி இன்னும் கொஞ்சம் யோசித்தபோது, அவர்களுக்கு ஒரு விஷயம் புரிந்தது: இந்த அறை நமக்குதான் 'சும்மா', வேறு ஊரிலிருந்து இங்கே வருகிறவர்களுக்கு இது ஓர் அவசியத்தேவை.

எல்லாரும் பெரிய விடுதிகளில் தங்க விரும்புவதில்லை, கொஞ்சம் சிக்கனமாக, ஒரு ராத்திரிக்குமட்டும் தூங்கி எழுவதற்கு ஓர் இடம் இருந்தால் போதும் என்று நினைக்கிறவர்கள் பலர். அப்படிப்பட்டவர்களுக்கு நம்முடைய வீட்டை அடிக்கடி வாடகைக்கு விட்டால் என்ன?

அதோடு நிறுத்துவானேன்? சான் ஃபிரான்சிஸ்கோவைப்போல் உலகம்முழுக்கப் பல நகரங்கள் இருக்கின்றன, அங்கெல்லாம் பல மக்கள் தினமும் வருகிறார்கள், அவர்களுக்குத் தங்குவதற்குச் சிக்கனமான இடங்கள் தேவை.

அதே நகரங்களில், பல மக்கள் பெரிய வீடுகளில் தங்கியிருக்கிறார்கள், அந்த வீடுகளில் ஓரிரு கூடுதல் அறைகள் இருக்கின்றன.

இந்தக் காலி அறைகளையும், அறை தேடும் மனிதர்களையும் இணைத்தால் என்ன? ஒருபக்கம் 'கொஞ்சம் கூடுதல் வருமானம் வந்தால் பரவாயில்லை' என்று நினைக்கும் வீட்டுக்காரர்கள், இன்னொருபக்கம் 'இன்று இரவு சிக்கனமாக எங்கேயாவது தங்கினால் கொஞ்சம் காசு மிச்சமாகுமே' என்று நினைக்கும் பயணிகள், இவர்கள் இருவரையும் யாராவது அறிமுகப்படுத்தி இணைத்துவைத்தால் எப்படியிருக்கும்!

ஒருவர் வழக்கமாக வெளியூர் செல்லும்போதெல்லாம் விடுதி அறையில் ஒரு நாளைக்கு ஐயாயிரம் ரூபாய் செலவழிக்கிறவர், ஆனால் இப்போது, வெறும் ஆயிரம் ரூபாய் தந்து ஒரு வீட்டில் தங்கிக்கொள்கிறார், அவருக்கு நான்காயிரம் ரூபாய் மிச்சம். அதேசமயம், அந்த வீட்டின் உரிமையாளருக்கு ஆயிரம் ரூபாய் லாபம்.

இப்படி இவர்கள் இருவரையும் இணைத்துவைத்து, பணத்தை மிச்சப்படுத்தித்தருகிற நிறுவனத்துக்கு அவர்கள் நூறு ரூபாய் கமிஷன் தரமாட்டார்களா என்ன? அதுதான் அவர்களுடைய திட்டம்!

கேட்பதற்கு நன்றாகத்தான் இருக்கிறது. ஆனால் எதார்த்தத்தில் சாத்தியமா? மக்கள் அப்படி முன்பின் தெரியாதவர்களுடைய வீட்டில் வந்து தங்குவார்களா?

ஏன், இப்போது மூன்றுபேர் நம்முடைய இணையதளத்துக்கு வந்து தேடவில்லையா? நம் வீட்டுக்கு வந்து தங்கவில்லையா? சுளையாகக் காசை எண்ணிக்கொடுக்கவில்லையா? இதுபோலப் பலரும் நினைத்தால் நம்முடைய தொழில் எங்கேயோ போய்விடுமே!

நன்றாக யோசித்தபிறகு, அவர்கள் ஒரு தீர்மானத்துக்கு வந்தார்கள்: பலவிதங்களில் பலருக்குப் பயன்படக்கூடிய இணையதளம் இது, ஆகவே, இதைத் தொடங்கிவைப்போம், அதன்பிறகு மக்களின் ஆதரவைப்பொறுத்து, பைசா வருகிறதா, இல்லையா என்பதைப்பொறுத்து அடுத்து என்ன செய்வது என்று தீர்மானிக்கலாம்.

இந்த இணையதளத்தை உருவாக்குவதற்காக, அவர்கள் நதான் என்ற இளைஞரைப் பிடித்தார்கள். அவர் சின்ன வயதிலிருந்தே இதுபோன்ற விஷயங்களில் கில்லாடி என்பதால், தளம் பிரமாதமாக அமைந்துவிட்டது.

இணையதளத்துக்கு அவர்கள் சூட்டிய பெயர், airbedandbreakfast.com அதாவது, காற்றுமெத்தையும் காலை உணவும்.

கொஞ்சம் வேடிக்கையான பெயர்தான், ஆனால் அதற்கொரு சுவையான காரணம் உண்டு: முதன்முதலாக அவர்கள் தங்களுடைய வீட்டின் ஒரு பகுதியை மற்றவர்களுக்குத் தங்கக்கொடுத்தபோது அங்கே ஒரு காற்றுமெத்தையைப் போட்டு அவர்களுக்குக் காலை உணவும் கொடுக்கத் தீர்மானித்தார்களல்லவா? அதுவே இணையதளத்தின் பெயராகவும் மாறிவிட்டது.

இணையதளம் சரி, இனி அதை இன்னும் மேம்படுத்தவேண்டும், பயனுள்ள வசதிகளைச் சேர்க்கவேண்டும், பலரிடம் கொண்டுசென்று பிரபலமாக்கவேண்டும், அதற்கெல்லாம் காசு வேண்டும்!

அவர்கள் மூவரிடமும் துடிப்பு இருந்த அளவுக்குத் துட்டு இல்லை! முதலீட்டுக்கு என்ன செய்வது?

2008ம் வருடம் அது, அமெரிக்காவில் குடியரசுத்தலைவர் தேர்தல் ஏற்பாடுகள் மும்முரமாக நடைபெற்றுவந்தன. இந்த நேரத்தில் இப்படியோர் இணையதளத்தைப் பிரபலப்படுத்தினால் நல்ல வரவேற்பு இருக்கும், பிரசாரக்கூட்டங்களுக்கு வருகிறவர்களையெல்லாம் வளைத்துப்போடலாம்.

ஆனால், அதற்குக் கொஞ்சம் ஆரம்ப முதலீடு தேவைப்படுமே. என்ன செய்யலாம்?

இந்தத் தேர்தலையே முதலீடாக வைத்து ஒரு சிறிய தொழில் செய்யத் தீர்மானித்தார்கள் ப்ரயனும் ஜோவும். அந்தத் தொழிலில் வரும் பணத்தை வைத்துத் தங்களுடைய இணையதளத்தைப் பிரபலப்படுத்த எண்ணினார்கள்.

இதற்காக அவர்கள் தேர்ந்தெடுத்த சிறிய தொழில், காலை உணவு விற்பது!

காலை உணவு என்றால் இட்லி, தோசை சுட்டுப் பிழைக்கவில்லை. அந்த ஊரில் கார்ன்ஃப்ளேக்ஸ்போன்ற சீரியல் உணவுகள்தானே பிரபலம்! அவற்றை நிறைய வாங்கி, அழகாக வடிவமைக்கப்பட்ட அட்டைப்பெட்டிகளில் அடைத்து விற்றார்கள்.

ஊரில் பல சீரியல்கள் இருக்குமே, இவர்களுடைய சீரியலை யார் வாங்குவார்கள்?

அங்கேதான் ப்ரயன், ஜோவின் குறும்பும் கலைத்திறனும் தெரிந்தது. அவர்கள் சீரியல் பெட்டிகளை உணவாக விற்கவில்லை, நகைச்சுவையுணர்வோடு வடிவமைக்கப்பட்ட கலைப்பொருள்களாகச் செய்து வெளியிட்டார்கள்.

அந்த அட்டைப்பெட்டிகளை அவர்கள் 2008 அமெரிக்கக் குடியரசுத்தலைவர் தேர்தலோடு கச்சிதமாகச் சம்பந்தப்படுத்தி யிருந்தார்கள், அதில் போட்டியிட்ட பராக் ஒபாமா, ஜான் மெக்கெயின் இருவரின் பெயரிலும்தான் இந்த சீரியல்கள் வெளியாகின.

'ஒபாமா ஓ' என்ற முதல் பெட்டியில் ஒபாமாவின் ஓவியம், அவருடைய தேர்தல் பிரசார வாசகங்களான '*Hope*', '*Change*' போன்றவற்றைப் பொருத்தமாகப் பயன்படுத்தியிருந்தார்கள். 'கேப்டன் மெக்கெயின்' என்ற இன்னொரு பெட்டியும் இதேபோல் சிறப்பாக வடிவமைக்கப்பட்டிருந்தது.

அருமையாக வடிவமைக்கப்பட்டிருந்த இந்தப் பெட்டிகள் ஒவ்வொன்றும் நாற்பது டாலருக்கு விற்கப்பட்டன. அவ்வளவு காசு கொடுத்துப் பொதுமக்கள் வாங்கினார்களோ, கட்சிக்காரர்கள்தான் அள்ளிக்கொண்டுபோனார்களோ, ப்ரயன், ஜோ எதிர்பார்த்தபடி நூற்றுக்கணக்கான பெட்டிகள் விற்றன, அந்தப் பணம்தான் *airbedandbreakfast.com* இணையதளத்தைப் பிரபலப்படுத்துவதற்கான ஆரம்ப முதலீடு.

தொடக்கத்திலிருந்தே இவர்களுடைய இணையதளத்துக்கு நூற்றுக்கணக்கான மக்கள் வந்துகொண்டுதானிருந்தார்கள். வீடுகளின் உரிமையாளர்கள் தங்கள் வீட்டிலிருக்கும் காலியறைகளைப்பற்றிய விவரங்களை இதில் பதிவுசெய்தார்கள், அந்த நகரங்களுக்கு வருகிறவர்கள் அவற்றைத் தேடித் தங்களுக்குப் பிடித்த இடங்களில் சென்று தங்கிக்கொண்டார்கள். கொஞ்சம்கொஞ்சமாக, வெளியூர் போனால் விடுதியில் இடம் தேடுவதற்குப் பதில் '*Airbnb*'(*airbedandbreakfast*ன் சுருக்கம்)யில் தேடுவது பலருக்குப் பழக்கமாகிப்போனது.

இதனை அடுத்தநிலைக்குக் கொண்டுசெல்லவேண்டுமென்றால், பல புதிய நகரங்களில் இவ்வசதியை அறிமுகப்படுத்தவேண்டும், இணையதளத்தில் கூடுதல் சவுகர்யங்களைத் தரவேண்டும், அதற்கெல்லாம் இன்னும் அதிக முதலீடு தேவைப்பட்டது.

ஆகவே, ப்ரயனும் ஜோவும் பல பெரிய நிறுவனங்கள்,

முதலீட்டாளர்களைச் சந்தித்தார்கள், *Airbnb* கனவை விளக்கினார்கள்.

பலர் அவர்களை நம்பவில்லை, பலர் அவர்களுடைய திட்டத்தை நம்பவில்லை, சிலர் மட்டுமே முதலீடுசெய்தார்கள், அதைக்கொண்டு நிறுவனம் வளர்ந்தது.

அடுத்த சில ஆண்டுகளுக்குள், *Airbnb* ஓர் அசைக்கமுடியாத சக்தியாக வளர்ந்தது. உலகெங்கும் நூற்றுக்கணக்கான நகரங்களில் ஆயிரக்கணக்கான அறைகளைப் பட்டியலிட்டு 'பட்ஜெட்' பிரியர்களையும், 'வித்தியாசமான பயணம் தேவை' என்று விரும்புகிறவர்களையும் கவர்ந்திழுத்தது. வாடிக்கையாளர் சேவையில் கவனம்செலுத்தி, பயணிகளின் பாதுகாப்பை உறுதிப்படுத்தித் தங்களுடைய சேவையை இன்னும் மேம்படுத்தினார்கள்.

இந்தக் காலகட்டத்தில்தான் உலகெங்கும் மொபைல் தொழில்நுட்பம் பிரபலமானது. அதையும் *Airbnb* நன்கு பயன்படுத்திக்கொண்டது. ஒருகட்டத்தில் வழக்கமான விடுதிகளைவிட அதிக அறைகளைப் பதிவுசெய்கிற சேவையாக வளர்ந்தது.

இதனால், பங்குச்சந்தை *Airbnb*யின் மதிப்பு அதிகரித்தது. பெரிய நட்சத்திர விடுதிகளுக்கெல்லாம் இல்லாத மரியாதை, இந்த இணையதளச் சேவைக்குக் கிடைத்தது இன்றைய இன்டர்நெட் உலகின் அதிசயம்தான்.

அதேசமயம், மனிதர்களுக்கு இருக்கும் தேவைகளைத் தொழில்நுட்பத்தின் உதவியுடன் தீர்த்துவைக்கும்போது, நிச்சயம் வெற்றிபெறலாம் என்கிற நம்பிக்கைதான் *Airbnb*யின் அடிப்படை. அந்தத் தேவையையும் தீர்வையும் அடையாளம் கண்டவர்கள், வாடகை தரக் காசில்லாமல் தவிக்கும் நிலையிலிருந்து உலகின் மிகப்பெரிய பணக்காரர்கள் பட்டியல்வரை உயர்ந்தார்கள்.

૩. Snapchat

‘கொட்டிட்டா அள்ளமுடியாது!’

சொற்களைப்பற்றி இப்படியொரு வாசகம் சொல்லப்படுவதுண்டு. யாரைப்பற்றியாவது ஒரு வார்த்தை தவறாகச் சொல்லிவிட்டாலோ, அவர்களுடைய மனம் புண்படும்படி ஒரு விஷயம் பேசிவிட்டாலோ, அது நிரந்தரமாக அவர்கள் மனத்தில் பதிந்துவிடும். நம்மாலும் அதை மறக்கமுடியாது, உறுத்திக்கொண்டே இருக்கும்.

டிஜிட்டல் உலகம் இதை இன்னும் மோசமாக்கிவிடுகிறது. என்றைக்கோ யாரிடமோ சொன்ன ஒரு விஷயம் என்றென்றைக்குமாக இணையத்தில் பதிந்திருக்கிறது, நாளைக்கு எதையாவது தேடும்போது அது எதிர்ப்பட்டு நம்மைக் கூசவைக்கிறது, ‘நானா இப்படியெல்லாம் எழுதினேன்’ என்றோ, ‘நானா இப்படியெல்லாம் நடந்துகிட்டேன்?’ என்றோ வெட்கப்படச்செய்கிறது.

இந்த இயல்பான மனிதவுணர்ச்சியை அடிப்படையாக வைத்து ஒரு பெருநிறுவனம் உருவாகி வளர்ந்திருக்கிறது என்றால் நம்புவீர்களா?

விஷயம் இதுதான்: நீங்கள் யாருக்குவேண்டுமானாலும் எதைவேண்டுமானாலும் அனுப்பலாம், ஆனால், அது நிரந்தரமாக எங்கேயும் தங்கி உங்களை அவமானப்படுத்தாது, சிறிதுநேரத்தில் தானே அழிந்துவிடும்.

அதாவது, தகவல் பரிமாற்றம் சாத்தியம், ஆனால், எதுவும் நிரந்தரமல்ல, பேசுகிற சொற்கள் காற்றில் கரைந்து மறைந்துவிடுவதைப்போல, இந்தத் தகவல்களும் மறைந்துவிடும். ஆகவே, எப்போதோ யோசிக்காமல் செய்த பழைய பிழைகள் என்றைக்காவது வெளிப்பட்டுவிடுமோ என்கிற பயம் இல்லை.

இந்த எளிய மாற்றத்தை ஒரு தலைமுறை கொண்டாடியது, அந்த வசதியைத் தந்த அப்ளிகேஷனை உலகின் முன்னணி நிறுவனங்களில் ஒன்றாக மாற்றியது.

'ஸ்னாப்சாட்'டை உருவாக்கியவர்கள் மூன்று பேர்.

ம்ஹூம், இரண்டு பேர்.

இல்லை, மூன்று பேர்தான்.

இந்தச் சிறிய விஷயத்தில் இத்தனை குழப்பம் வரக்கூடாதுதான். ஆனால், இணையம், மொபைல் சார்ந்த நவீன அப்ளிகேஷன்கள் கோடிக்கணக்கில் பணமும் புகழும் சம்பாதித்துத் தரக்கூடியவை என்பதால், இதுபோன்ற விஷயங்களில் குடுமிப் பிடிச்சண்டையைத் தவிர்க்கமுடிவதில்லை. ஃபேஸ்புக்கில் தொடங்கி அநேகமாக எல்லா நிறுவனங்களிலும் இப்படி ஒரு சர்ச்சை இருக்கிறது, 'நானும்தான் எல்லா வேலையும் செஞ்சேன், ஆனா, பணத்தையெல்லாம் அவங்க அள்ளிக்கிட்டாங்க' என்று ஓரிருவர் முறைக்கிறார்கள்.

இவர்கள் பேச்சில் நியாயம் உண்டா, இல்லையா என்று உறுதியாகத் தீர்மானிப்பது மிகவும் சிரமம். காரணம், இந்த நிறுவனங்களின் வளர்ச்சி அதிவேகமானது, ஆரம்பத்தில் அவர்கள் செய்த சிறிய வேலைகூட, மிகப்பெரிய பங்களிப்பாக அமைந்திருக்கலாம், அதேசமயம், அந்நிறுவனங்களின் இப்போதைய நிலைமையோடு ஒப்பிடும்போது, அது ஒரு சாதாரணமான பங்களிப்பாகவும் தோன்றலாம்.

ஒருவர் பெரிய பிரபலமானதும், 'நான் அவருக்குச் சின்ன வயசுல டீ வாங்கிக்கொடுத்திருக்கேன்' என்று சொல்லிக்கொண்டு சிலர் சொந்தம் கொண்டாட வருவார்கள், இன்னும் சிலர், நிஜமாகவே அவருக்குச் சிறுவயதில் உதவியவர்களாக இருப்பார்கள், இந்த இருவரையும் வித்தியாசப்படுத்துவது கஷ்டம்தான்!

இதற்குச் சிறந்த உதாரணமாக, 'ஸ்னாப்சாட்'டின் கதையையே எடுத்துக்கொள்வோம், அதன் நிறுவனர்கள் இருவரா, மூவரா என்று பார்ப்போம்.

'ஸ்னாப்சாட்'டின் இன்றைய தலைவர் எவான் ஸ்பீகல் வசதியான வீட்டுப்பிள்ளை. சிறுவயதிலிருந்தே தொழில்நுட்ப விஷயங்களில் ஆர்வம் அதிகம், 'பள்ளியில் என்னுடைய மிகச்சிறந்த நண்பர், என் கம்ப்யூட்டர் வாத்தியார்தான்' என்று பின்னர் ஒரு பேட்டியில் குறிப்பிட்டார் அவர்.

எவான் ஸ்டான்ஃபோர்ட் பல்கலைக்கழகத்தில் படித்துக்கொண்டிருந்தபோது, பாபி மர்ஃபி என்பவருடன் பழகத்தொடங்கினார். இருவரும் இணைந்து சில விஷயங்களை முயன்றுபார்த்தார்கள், அதில் பெரிய வெற்றி எதுவும் கிடைக்கவில்லை.

நம் ஊரைப்போல அமெரிக்கக் கல்லூரி மாணவர்கள் வேலை, சம்பளம் போன்றவற்றைமட்டும் எதிர்காலமாக நினைத்துக்கொண்டிருப்பதில்லை, ஒருபக்கம் அந்தச் சிந்தனை ஓடிக்கொண்டிருக்கும்தான், ஆனால் இன்னொருபக்கம் ஏதாவது புதிதாகச் செய்யவேண்டும் என்ற எண்ணமும் இருக்கும், அதற்கான முயற்சிகளில் தொடர்ந்து ஈடுபடுவார்கள், சிலர் உடனே வெற்றிபெறுவார்கள், பலர் தோற்றுப்போவார்கள், அதைப்பற்றிக் கவலைப்படாமல் மறுபடி முயற்சிசெய்வார்கள்.

எவானும் அப்படித்தான், அந்த வயதிலேயே அவருக்குள் தெளிவான சிந்தனைகள் இருந்தன, சரியான வாய்ப்புதான் அமையவில்லை.

Intuit என்ற புகழ்பெற்ற நிறுவனத்தைத் தோற்றுவித்த ஸ்காட் குக் அப்போது ஸ்டான்ஃபோர்ட் கல்லூரிக்குச் சிறப்பு விருந்தினராக

வந்திருந்தார். அங்கே சொற்பொழிவாற்றிய அவர் ஏதோ ஒரு கேள்வி கேட்க, அதற்கு எவான் பதில் சொன்னார்.

எவான் சொன்ன பதில் ஸ்காட்டுக்கு மிகவும் பிடித்துப்போய்விட்டது, 'பையன் நல்ல புத்திசாலிதான்' என்று பாராட்டினார். அவருக்கொரு வேலை போட்டுக்கொடுத்தார்.

இப்படி அங்கொன்றும் இங்கொன்றுமாகச் சில வேலைகளைப் பார்த்தபடி எவான் படித்துக்கொண்டிருந்தார். அதேநேரம், தன்னுடைய ஆர்வத்துக்குத் தீனி போடும்படியான ஒரு நல்ல யோசனையைத் தேடிக்கொண்டுமிருந்தார்.

இந்த நேரத்தில்தான் ஃப்ராங்க் ரெஜினால்ட் ப்ரௌன் (சுருக்கமாக, 'ரெக்கி') என்றொரு நண்பர் எவானைப் பார்க்க வந்தார். அவர் மிகவும் பதற்றத்தோடு காணப்பட்டார்.

'என்னாச்சு?' என்று விசாரித்தார் எவான்.

'நான் அந்த போட்டோவை அனுப்பியிருக்கக்கூடாது!' என்றார் ரெக்கி.

'எந்த போட்டோ? என்ன பிரச்னை? கொஞ்சம் விளக்கமாச் சொல்லுங்களேன்.'

ரெக்கிக்கும் அன்றைக்குக் 'கொட்டிட்டா அள்ளமுடியாது' பிரச்னைதான். ஏதோ ஒரு புகைப்படத்தை யாருக்கோ அனுப்பித்தொலைத்திருக்கிறார், அதை நினைத்து இப்போது வருத்தப்பட்டுக்கொண்டிருக்கிறார். 'ச்சே, நாம அனுப்பற போட்டோல்லாம் கொஞ்சநாள் கழிச்சுத் தானா அழிஞ்சுபோறமாதிரி இருந்தா எவ்ளோ நல்லாயிருக்கும்!'

அவர் இப்படிச் சொன்னபோது, எவானுக்குள் விளக்கு எரிந்தது, 'இது ஒரு மில்லியன் டாலர் யோசனை' எனத் தோன்றியது.

அன்றைக்கு சந்தையில் (2011) பல 'செய்தியனுப்பும்' மென்பொருள்கள் இருந்தன. ஆனால், அவை அனைத்திலும் செய்தியை அனுப்பத்தான் முடியும், அழிக்கமுடியாது. மாறாக, அனுப்பிய செய்தி சிறிதுநேரத்தில் தானே அழிந்துவிடுகிறாற்போல் ஒரு மென்பொருளை உருவாக்கினால் என்ன? இதுதான்

எவானின் சிந்தனை. கேட்டவுடனே சிரிப்பு வருகிறதல்லவா? எல்லாரும் செய்தியைப் பாதுகாத்துவைக்கத்தானே ஆசைப்படுவார்கள், அதை அழிக்கிற ஒரு மென்பொருளை யார் பயன்படுத்துவார்கள்?

அட, நீங்க வேற, இதுமாதிரி விஷயங்களையெல்லாம் பாதுகாத்துவைக்க நினைக்கிறவர்களைவிட, அழிக்க நினைக்கிறவர்கள்தான் அதிகம் என்றார் எவான். உடனே அந்த மென்பொருளை உருவாக்கும் பணிகளில் ஈடுபட்டார். ரெக்கி, பாபி இருவரும் அவரோடு சேர்ந்துகொண்டார்கள்.

ஆரம்பத்தில் அந்த மென்பொருள் கணினிக்காகத்தான் உருவாக்கப்பட்டது. பின்னர் அதனை மொபைல்போனோடு இணைத்துப்பார்த்தபோது, அதன் சாத்தியங்கள் பிரமாண்டமாகத் தெரிந்தன. அதற்கு '*Picaboo*' என்று பெயர் சூட்டினார்கள்.

அப்போது, எவானின் வகுப்பில் ஒரு சிறப்பு நிகழ்ச்சி. அதற்குச் சில முதலீட்டாளர்களெல்லாம் வந்திருந்தார்கள். அவர்கள் முன்னே தன்னுடைய *Picaboo*-வை இயக்கிக்காட்டினார் அவர். பின்னர், ஆர்வத்தோடு அவர்களுடைய முகங்களைப் பார்த்தார்.

ம்ஹூம், ஒருவரும் சிரிக்கவில்லை, கையைப்பிடித்துக் குலுக்கி, 'இந்தாங்க அஞ்சு மில்லியன் டாலர்' என்று செக் புத்தகத்தைத் திறக்கவில்லை, அட, அதெல்லாம் இருக்கட்டும், ஒரு 'ஆல் தி பெஸ்ட்'கூடச் சொல்லவில்லை.

ஆனாலும், எவானுக்குத் தன்னுடைய அப்ளிகேஷன்மேல் நம்பிக்கை இருந்தது. அதனைப் பொதுவில் அறிமுகப்படுத்தினார்.

எவான் எவ்வளவோ முயன்றும், *Picaboo*வைப் பிரபலப்படுத்த முடியவில்லை. மிகச்சிலர்தான் அதை டவுன்லோட் செய்தார்கள், அவர்களும் அதில் பெரிய ஆர்வம் காட்டவில்லை.

'இதுவும் சொதப்பல்தானா' என்று எவான் யோசிக்கத்தொடங்கிய நேரம், *Picaboo* என்ற பெயரில் ஏற்கெனவே இயங்கிக் கொண்டிருந்த இன்னொரு நிறுவனம் அவரைத் தொடர்புகொண்டது, 'உடனடியாக உங்கள் நிறுவனத்தின் பெயரை மாற்றிக்கொள்ளுங்கள். இல்லாவிட்டால்...'

'அடப்போய்யா, எவனும் டவுன்லோட் செய்யாத அப்ளிகேஷனுக்கு எந்தப் பேரை வெச்சா என்ன?' என்று எவான் மனத்துக்குள் நினைத்தாரோ என்னவோ, தன்னுடைய அப்ளிகேஷனின் பெயரை 'Snapchat' என மாற்றிவிட்டார்.

கிட்டத்தட்ட இதே நேரத்தில், Snapchatக்கு ரசிகர்கள் அதிகரிக்கத்தொடங்கினார்கள். பல இளைஞர்கள், குறிப்பாக மாணவர்கள் இதனை விரும்பிப் பயன்படுத்தினார்கள், தங்களுடைய நண்பர்களுக்கும் சொன்னார்கள், மற்ற சமூக வலைதளங்களில் 'பெரிசு'கள் அதிகரித்துவிட்ட சூழ்நிலையில், இங்கே ரகசியமாக அரட்டையடிப்பதை அவர்கள் விரும்பினார்கள், அந்த உரையாடல்கள் உடனுக்குடன் அழிக்கப்பட்டுவிடுவது அவர்களுக்குப் பிடித்திருந்தது.

இதனால், மிக விரைவில் Snapchat பிரபலமானது. ஏராளமானோர் அதில் இணைந்தார்கள், ஆயிரக்கணக்கான புகைப்படங்கள் அதன்மூலம் பகிர்ந்துகொள்ளப்பட்டன. இதைப்பார்த்த முதலீட்டாளர்கள் எவானைத் தேடிவந்தார்கள்.

இதனிடையே, எவான், பாபிக்கும் ரெக்கிக்கும் சண்டை. காரணம், ஸ்னாப்சாட்டில் ரெக்கி 30% பங்குகளை எதிர்பார்த்தார், மற்ற இருவரும், 'நீ என்ன பெரிய வேலை செஞ்சுட்டே? அவ்வளவு பங்கெல்லாம் தரமுடியாது!' என்றார்கள்.

இத்தனைக்கும் அப்போது ஸ்னாப்சாட்டின்மூலம் ஒரு பைசா லாபம் வரவில்லை. ஆனாலும், வருங்காலத்தில் வருமல்லவா, ஆகவே, இந்தச் சண்டை மும்முரமாக நடைபெற்றது. ரெக்கி அந்நிறுவனத்திலிருந்து வெளியேற்றப்பட்டார்.

கடுப்பான ரெக்கி தன்னுடைய பங்கைக் கோரி வழக்குத் தொடுத்தார். அதன்பிறகு, விஷயம் நீதிமன்றத்துக்கு வெளியே சுமுகமாக முடித்துவைக்கப்பட்டது.

இப்போதும், ஸ்னாப்சாட்டின் நிறுவனர் பட்டியலில் ரெக்கி சேர்க்கப்படுவதில்லை, ஆனால், 'நாம அனுப்பற போட்டோல்லாம் கொஞ்சநாள் கழிச்சுத் தானா அழிஞ்சுபோற மாதிரி இருந்தா எவ்ளோ நல்லாயிருக்கும்!' என்கிற அவருடைய

புலம்பல்தான் இந்தப் பெரிய நிறுவனத்தையே தோற்றுவித்தது உண்மை.

ஸ்னாப்சாட்டின் அதிவேக வளர்ச்சி பலரை உறுத்தியது. அவர்களும் ஸ்னாப்சாட் போன்ற அப்ளிகேஷன்களைத் தயாரிக்க முயன்றார்கள். ஆனால், அவர்களால் வெல்லமுடியவில்லை.

காரணம், 'ஸ்னாப்சாட்' வெறுமனே ஒற்றை யோசனையைப் பிடித்துக்கொண்டிருக்கவில்லை. அதைச்சுற்றிப் பல புதுமைச் சிந்தனைகளைக் கோத்து, தனது வாடிக்கையாளர்களின் நாடித்துடிப்பை அறிந்து செயல்பட்டுக்கொண்டிருக்கிறது, அதனால், உலக இளைஞர்களின் ஆதரவோடு வேகமாக முன்னேறிக்கொண்டிருக்கிறது!

4. DropBox

கடைசியாக ஒரு சிடி அல்லது டிவிடியை எப்போது பயன்படுத்தினீர்கள் என்று நினைவிருக்கிறதா?

சில ஆண்டுகளுக்கு முன்னால், சிடி, டிவிடி வியாபாரம் தூள்பறந்தது. அதிகாரபூர்வமாகக் கடைகளில் விற்கப்பட்ட குறுந்தகடுகளில் தொடங்கி, தெருவோரம் விற்ற திருட்டுச் சரக்குகள்வரை உலக, உள்ளூர்த் திரைப்படங்களும் பாடல்களும் சொற்பொழிவுகளும் பள்ளிப்பாடங்களும் இன்னும் பலவும் பரவலாகக் கிடைத்துக்கொண்டிருந்தன.

அதன்பிறகு, *Thumb drive* எனப்படும் *USB* குச்சிகள் சிறிதுகாலம் உலகை ஆண்டன. குறுந்தகடுகளைப்போலவே இங்கேயும் திரைப்படங்கள், பாடல்கள்தான் முக்கியமாகப் பரிமாறப்பட்டன. ஆனால், இவற்றில் ஒரு கூடுதல் வசதி, சிடி, டிவிடிகளைப்போலன்றி, இவற்றை எந்தக் கணினியிலும் செருகி இஷ்டம்போல் கோப்புகளைச் சேர்க்கலாம், நீக்கலாம். கீறல் விழாது, கெட்டுப்போகாது.

இதனால், அலுவலகக் கோப்புகள், தனிநபர் விவரங்கள் போன்றவற்றுக்கு இவற்றைப் பரவலாகப் பயன்படுத்த ஆரம்பித்தார்கள். முக்கியமான கோப்புகளையெல்லாம் ஒரு

USB குச்சியில் போட்டு பாக்கெட்டில், அல்லது சூட்கேஸில் வைத்துக்கொள்வது ஒரு கட்டாயப்பழக்கமானது. பெரிய நிறுவனங்கள் விசிட்டிங் கார்ட்போல் தங்களுடைய சுயவிவரங்கள் நிரப்பிய *USB* குச்சியை விநியோகிக்க ஆரம்பித்தார்கள்.

இன்னொருபக்கம், *External Hard Drives* எனப்படும் *USB* செங்கல்கள் பிரபலமாயின. நம்முடைய முக்கியமான கோப்புகளையெல்லாம் இவற்றில் போட்டுவைத்துக்கொண்டுவிட்டால் பாதுகாப்பு என்று எல்லாரும் சொன்னதால், மக்கள் வேலைமெனக்கெட்டு இவற்றை வாங்கி, கல்யாண வீடியோ, வருடாவருடம் ஊர்சுற்றிய படங்கள், டவுன்லோட் செய்து எப்போதும் வாசிக்காத மின்புத்தகங்கள், அனிமேஷன் சித்திரங்களையெல்லாம் உள்ளே குவித்துவைத்தார்கள்.

ஆனால் இன்றைக்கு, குறுந்தகடுகளோ, *USB* குச்சிகளோ, செங்கல்களோ அதிகம் கண்ணில் படுவதே இல்லை. அங்கொன்றும் இங்கொன்றுமாகச் சிலர் இவற்றைப் பயன்படுத்தினாலும், பெரும்பாலானோர் தங்களுடைய தினசரி வேலைகளுக்கு, தனிப்பட்ட, அலுவல் விஷயங்களுக்கு இவற்றை நம்பியிருப்பதில்லை.

அப்படியானால், அந்த 'முக்கியமான' கோப்புகளெல்லாம் என்ன ஆகின? எங்கே போயின?

அவை இன்னும் பத்திரமாகதான் இருக்கின்றன. ஆனால் தகட்டில், குச்சியில், செங்கல்லில் அவற்றைச் சுமந்து திரியவேண்டியதில்லை, நினைத்த நேரத்தில் எங்கிருந்தும் அவற்றை அணுக வசதியாக, மக்கள் அவற்றை இணையத்தில் பத்திரப்படுத்திவைத்துவிடுகிறார்கள்.

உதாரணமாக, மகேந்திரன் அலுவலகத்தில் நாள்முழுக்க ஓர் ஆவணத்தை எழுதுகிறார். அதை வீட்டில் சென்று தொடர விரும்புகிறார்.

இதற்கு அவர் ஒரு *USB* குச்சியை எடுத்து அந்த ஆவணத்தைப் பதிவுசெய்து சிரமப்படவேண்டியதில்லை. அவருடைய

கணினியில் இருக்கும் ஒரு விசேஷ மென்பொருளை இயக்கி, அதற்குள் இந்தக் கோப்பைப் பதிவுசெய்துவிட்டால் போதும், அது பத்திரமாக இணையத்துக்குச் சென்றுவிடுகிறது.

அதன்பிறகு, அவர் பேருந்தில் வீடு திரும்பும் வழியில், தன்னுடைய மொபைல் ஃபோனில் அந்த ஆவணத்தைப் பார்க்கலாம், திருத்தலாம், கூடுதல் விஷயங்களைச் சேர்க்கலாம். வீட்டுக்குத் திரும்பியவுடன், விட்ட இடத்திலிருந்து வேலையைத் தொடரலாம்.

அதுமட்டுமல்ல, மகேந்திரனின் சக பணியாளர்களும் அதே ஆவணத்தில் வெவ்வேறு பகுதிகளில் வேலை செய்யலாம், குழப்பம் வந்தால் அங்கேயே உரையாடி அதைச் சரிப்படுத்தலாம். அனைவரும் கூட்டுசேர்ந்து உழைத்து, ஒரு சிறந்த ஆவணத்தை உருவாக்கலாம்.

இவை அனைத்தையும் சாத்தியமாக்கியிருப்பது, *Cloud File Storage* எனப்படும் மேகக் கோப்புச் சேமிப்பகங்கள். *Google, Microsoft, Apple* என்று பல நிறுவனங்களும் துண்டு போட்டு இடம் தேடிக்கொண்டிருக்கிற இத்துறையில் முதலிடத்திலிருப்பது ஒரு சின்னஞ்சிறு நிறுவனம், *DropBox!*

இங்கே 'சின்னஞ்சிறு' என்று சொல்வது, அந்த நிறுவனத்தின் அளவை மனத்தில் வைத்துதான். மற்றபடி பயனாளர் எண்ணிக்கை, தினந்தோறும் அதில் சேர்க்கப்படும் கோப்புகளின் எண்ணிக்கை, அளவு, அது ஏற்படுத்தியுள்ள தாக்கம் போன்றவற்றில், முக்கியமாக, அதன் வளர்ச்சி சதவிகிதத்தை மனத்தில் வைத்துப் பார்க்கும்போது, ட்ராப்பாக்ஸ் ஒரு மிகப்பெரிய நிறுவனம்தான்!

ட்ராப்பாக்ஸைத் தொடங்கி நடத்திக்கொண்டிருப்பவர் பெயர் ட்ரூ ஹௌஸ்டன், கம்ப்யூட்டர் காதலர், இன்னும் சரியாகச் சொல்லவேண்டுமென்றால், வெறியர்.

எந்த அளவு வெறியர் என்றால், சிறுவயதில் இவர் எப்பப்பார் கம்ப்யூட்டரோடு உட்கார்ந்திருப்பதைப் பார்த்துக் கடுப்பான இவருடைய தாய் அதைப் பிடுங்கிவைத்துவிட்டாராம், 'வெளியே

போ, ஊரைச் சுத்திப்பாரு, நாலு பேரோட பழகு, புதுசா ஏதாவது ஒரு மொழி கத்துக்கோ... அதையெல்லாம் விட்டுட்டு எந்நேரமும் கம்ப்யூட்டர் முன்னாடி உட்கார்ந்துகிட்டிருந்தா என்ன அர்த்தம்?'

ஹௌஸ்டனின் தாய் ஒரு நூலகர். அதுவும் ஏதோ ஒரு நூலகம் அல்ல, ஹௌஸ்டன் படித்த அதே பள்ளியின் நூலகம். இதனால், ஹௌஸ்டன் தன் தாயை ஏமாற்றிவிட்டு எதுவும் செய்துவிடமுடியாது!

'என் பரீட்சை மார்க்கெல்லாம் எனக்குமுன்னால் அவருக்குத் தெரிந்துவிடும்' என்று சிரிப்போடு ஒரு பேட்டியில் குறிப்பிட்டார் ஹௌஸ்டன், 'அதனால், தேர்வு முடிவுகள் வரும்போதெல்லாம் ரகசியமாக நூலகத்துக்குச் சென்று அம்மா முகத்தைப் பார்ப்பேன், அவர் கடுகடுவென்று இருந்தால் அன்று எனக்குச் செம உதை விழப்போகிறது என்று அர்த்தம்!'

ஹௌஸ்டனின் தந்தை ஓர் எலக்ட்ரானிக் பொறியாளர். ஆகவே, மிக இளம் வயதிலேயே ஹௌஸ்டனுக்கு கம்ப்யூட்டர்கள் அறிமுகமாகிவிட்டன. அப்பாவிடமே ப்ரொக்ராம் எழுதக் கற்றுக்கொண்டார், பிறகு கொஞ்சம்கொஞ்சமாகத் தானே பல விஷயங்களைப் படித்து, பயிற்சியெடுத்துத் தெரிந்து கொண்டார்.

பத்து வயதில் அவருக்குக் கம்ப்யூட்டர் கேம்ஸ்மீது காதல் பிறந்தது. எந்நேரமும் விதவிதமான விளையாட்டுகளில் மூழ்கியிருந்தார்.

அதேசமயம், அவர் விளையாடுவதோடு நிறுத்திவிடவில்லை. ஒவ்வொரு விளையாட்டையும் எப்படி உருவாக்கியிருக்கிறார்கள் என்று பின்னால் சென்று ஆராய்ந்தார், அதனை மாற்றிப்பார்த்தார், தன் விருப்பத்துக்கேற்ப அதை வளைத்து மகிழ்ந்தார்.

அப்போது, கம்ப்யூட்டர் கேம்ஸ் எழுதும் ஒரு நிறுவனம் அவரை அழைத்தது, 'நாங்க எழுதற புது விளையாட்டுகள் சந்தைக்குப் போறதுக்குமுன்னாடி அதையெல்லாம்

விளையாடிப்பார்க்கணும், ஏதாச்சும் பிரச்னை இருந்தா எங்களுக்குச் சொல்லணும்' என்றது.

கப்புச்சினோ குடிக்கக் கூலியா? ஹௌஸ்டன் ஒப்புக்கொண்டார். புதுப்புது விளையாட்டுகளை ஆடி மகிழ்ந்தார்.

அதேசமயம், அவருடைய வேகத்துக்கு அந்த நிறுவனத்தால் புதிய கேம்களை எழுதமுடியவில்லை. இது ஹௌஸ்டனுக்குச் சலிப்பை உண்டாக்கியது.

பொழுதுபோகாமல், அவர் அந்த கேம்களின் பின்னணியில் இருக்கும் ப்ரொக்ராம்களை அலசினார், அதில் இருக்கும் பிழைகள், பாதுகாப்புப் பிரச்னைகளைக் கண்டறிந்து அவர்களுக்கே அனுப்பிவைத்தார், 'என்னய்யா ப்ரொக்ராம் எழுதறீங்க? கொஞ்சம் உள்ளே இறங்கிப் பார்த்தா ஓராயிரம் ஓட்டை!'

அந்த நிறுவனத்தார் குஷியாகிவிட்டார்கள், 'தம்பி, நீ பெரிய திறமைசாலிபோலத் தெரியுது, பேசாம எங்ககிட்டயே வேலைக்கு வந்துடேன்' என்றார்கள். 'நீ உங்க வீட்லேர்ந்தே வேலை பார்க்கலாம், நல்ல சம்பளம் தர்றோம்!'

இது ஒரு சிறிய உதாரணம்தான், இப்படி ஹௌஸ்டன் சென்ற இடமெல்லாம் அவருடைய அபார தொழில்நுட்ப அறிவுக்கு மரியாதை கிடைத்தது.

இன்னொருபக்கம், ஹௌஸ்டன் தானே சொந்தமாகத் தொழில்தொடங்கவேண்டும் என்கிற ஆர்வத்திலும் இருந்தார், பல முயற்சிகளிலும் ஈடுபட்டார், ஒன்றும் சரிப்படவில்லை.

இந்த நேரத்தில்தான், அவர் ஏதோ வேலை விஷயமாக நியூ யார்க்குக்குப் பேருந்தில் செல்லவேண்டியிருந்தது. நான்குமணிநேரப் பயணத்தை வீணாக்கவேண்டாமே என்று லாப்டாப்பைத் தூக்கிக்கொண்டு சென்றார்.

ஆனால், பஸ்ஸில் ஏறி அமர்ந்தபிறகுதான் அவருக்கு ஞாபகம் வந்தது, 'அடடா, USB குச்சியை மறந்துவிட்டேனே!'

இதனால், அவரிடம் லாப்டாப் இருந்ததேயன்றி, அவர்

வேலைசெய்யவேண்டிய கோப்புகள் எவையும் இல்லை. விட்டத்தைப் பார்த்துக்கொண்டு உட்கார்ந்திருக்க வேண்டியதுதான். நான்குமணிநேரம் வீண்!

எரிச்சலான ஹௌஸ்டன் யோசித்தார், 'இந்தக் குச்சியை எப்பப்பார் தூக்கிக்கொண்டு திரியவேண்டுமா? நாம் நினைத்த நேரத்தில் நினைத்தபடி நம் கோப்புகளைப் பயன்படுத்த ஏதும் வழி இல்லையா?'

அன்றைய இணையத்தில் கோப்புகளைப் பகிர்ந்துகொள்வதற்குப் பல வழிகள் இருந்தன. ஆனால் ஒன்றும் உருப்படியாக இல்லை. எல்லாவற்றிலும் ஏதோ ஒரு பிரச்னை!

இந்தப் பிரச்னைகளெல்லாம் இல்லாதபடி, எங்கே வேண்டுமானாலும் எப்போது வேண்டுமானாலும் எந்தக் கருவியில் வேண்டுமானாலும் நம் கோப்புகளைச் சுலபமாகத் திறந்து பயன்படுத்தும்படி ஒரு ப்ரொக்ராம் எழுதினால் என்ன?

ஆரம்பத்தில் தன்னுடைய சொந்தப் பயன்பாட்டுக்காகதான் ஹௌஸ்டன் இந்த ப்ரொக்ராமை எழுதத்தொடங்கினார். பின்னர், இது எல்லாருக்கும் பயன்படுமே என்று யோசித்தபோது, ட்ராப்பாக்ஸ் பிறந்தது.

இந்த நேரத்தில், ஹௌஸ்டனுடன் ஆரஷ் ஃபெர்டௌஸி என்பவரும் இணைந்துகொண்டார். இருவரும் சேர்ந்து ட்ராப்பாக்ஸைத் தொடங்கினார்கள். கோப்புகளை எங்கும் அணுகலாம், பயன்படுத்தலாம் என்கிற ஒற்றை நோக்கத்துடன் மிகச்சிறப்பான ஒரு மென்பொருளை, அதுசார்ந்த சேவையை உருவாக்கினார்கள். ஒவ்வொரு வசதியையும் பார்த்துப்பார்த்துக் கோத்தார்கள், வாடிக்கையாளர்கள் என்ன எதிர்பார்ப்பார்கள் என்பதை ஊகித்து, கேட்டுத்தெரிந்துகொணு, அதற்குமேல் செய்துதந்தார்கள்.

ஆரம்பத்திலிருந்தே, ட்ராப்பாக்ஸை இலவசமாகப் பயன்படுத்துகிறவர்கள்தான் அதிகம். அதேசமயம், அப்படி ஓசியில் கோப்புகளைச் சேமிக்க எண்ணி வருகிறவர்களில் பலர், பின்னர் பணம்கொடுத்து உறுப்பினர்களாகிறார்கள்.

இதற்கு முக்கியமான காரணம், ட்ராப்பாக்ஸ் சேவையில் இருக்கும் அபார எளிமைதான்.

ஹௌஸ்டன் ட்ராப்பாக்ஸைத் தொடங்குவதற்குமுன்னால், கோப்புகளை இணையத்தில் சேமிப்பது என்பது மிகச்சிக்கலான ஒரு விஷயமாக இருந்தது. அதை யார்வேண்டுமானாலும் செய்யக்கூடிய ஒரு விஷயமாக, அதற்கென்று தனியே மெனக்கெடவேண்டிய அவசியமே இல்லாதபடி மிக இயல்பானதாக மாற்றியதுதான் ட்ராப்பாக்ஸின் வெற்றிக்கு அடிப்படை.

கிட்டத்தட்ட இதே நேரத்தில் இணையமும் உலக அளவில் அதிவேகமாகப் பரவியது, கோப்புகளை இணையத்தில் ஏற்றுகிற, இறக்குகிற செலவு கிட்டத்தட்ட பூஜ்ஜியத்தை நெருங்கிவிட்டது.

இதனால், உலகெங்கும் பல தனிநபர்களும் ஏராளமான நிறுவனங்களும் ட்ராப்பாக்ஸின் விசுவாசிகளாக இருக்கிறார்கள். தங்களுடைய கோப்புகள் அனைத்தையும் இந்நிறுவனத்தை நம்பி ஒப்படைக்கிறார்கள்.

தொடக்கம்முதல் இன்றுவரை ட்ராப்பாக்ஸ் தன்னுடைய இலக்கிலிருந்து சிறிதும் விலகவில்லை. அதனால்தான் ஒவ்வொரு நாளும் ஏராளமானோர் அதில் புதிதாக இணைந்தவண்ணம் இருக்கிறார்கள். வாரத்துக்கு வாரம் அதில் சேரும் கோப்புகளின் அளவும் முக்கியத்துவமும் அதிகரித்துக்கொண்டே இருக்கிறது. இவையெல்லாம் சேர்ந்து, அந்நிறுவனத்தை மிகமுக்கியமான தொழில்நுட்ப நிறுவனங்களில் ஒன்றாக்கியிருக்கிறது.

இன்றைக்கு, ட்ராப்பாக்ஸுக்குப் பல போட்டியாளர்கள். எனினும், தொடர்ச்சியான தொழில்நுட்ப மேம்பாடு, எளிமை, பாதுகாப்புக்கு முக்கியத்துவம் தரும் வடிவமைப்பு, பல மென்பொருள்களோடு கைகோத்துச் செல்லும் வியூகம் ஆகியவற்றால் ட்ராப்பாக்ஸ் தொடர்ந்து முன்னணியில் இருக்கிறது!

5. WeWork

உங்கள் அலுவலகத்தில் என்னவெல்லாம் இருக்கிறது?

அலுவலகத்தில் என்ன இருக்கும்? மேசை, நாற்காலி, பேரேடுகள், சில இடங்களில் கணினி, அச்சு இயந்திரம்... இவ்வளவுதானே?

இப்படிக் கேட்டீர்கள் என்றால், நீங்கள் சென்ற தலைமுறை என்று பொருள். இன்றைய அலுவலகங்கள் எப்படியெப்படியெல்லாமோ மாறிவிட்டன.

உதாரணமாக, சில அலுவலகங்களுக்குள்ளேயே தூங்கும் இடங்களெல்லாம் இருக்கின்றனவாம், ரொம்பத் தூக்கக் கலக்கமாக இருந்தால் அங்கே போய் ஒரு குட்டித்தூக்கம் போட்டுவிட்டு வரலாமாம்.

இதேபோல், அலுவலகத்துக்குள்ளே பளபளா காபிக்கடை, உள்/வெளி விளையாட்டு அரங்கங்கள், நூலகம், தொலைக்காட்சிகள், உடற்பயிற்சி நிலையம் என என்னென்னவோ வந்துவிட்டது.

பொழுதுபோக்கு ஏற்பாடுகளுடன், ஊழியர்கள் சமைத்துச் சாப்பிடுவதற்கான ஏற்பாடுகள், அவர்களுடைய குழந்தைகளைப் பார்த்துக்கொள்வதற்கான மையங்கள் முதலிய கூடுதல் வசதிகளும் செய்து தரப்படுகின்றன.

காலை ஒன்பது மணிமுதல் மாலை ஐந்துமணிவரை அலுவலகத்தில் இருந்தாகவேண்டும், வருகைப்பதிவேட்டில் கையெழுத்துப்போடவேண்டும் என்பதுபோன்ற விதிமுறைகளும் மாறிக்கொண்டிருக்கின்றன. விரும்பிய நேரத்தில் வரலாம், விரும்பிய நேரத்தில் செல்லலாம், வீட்டிலிருந்தேகூட வேலை செய்யலாம்... ஏற்றுக்கொண்ட பொறுப்புகளை முறையாகச் செய்துமுடித்தால் போதும், அதை எப்படிச் செய்யவேண்டும் என்பதில் முழுச் சுதந்தரம்!

இதெல்லாம் எதற்காக?

ஊழியர்கள் மகிழ்ச்சியாக வேலைபார்க்கவேண்டும், 'அலுவலகத்துக்குச் செல்வதே போர்' என்கிற எண்ணம் அவர்களுக்கு வந்துவிடக்கூடாது.

இந்த விஷயத்தில், பழைய, பெரிய நிறுவனங்கள், புதிய, சிறிய நிறுவனங்களுடன் போட்டிபோடவேண்டியிருக்கிறது. வருவாயிலோ லாபத்திலோ அல்ல, நிறுவனக் கலாசாரத்தில்.

ஒரு காலத்தில் பெரிய நிறுவனங்களில் வேலைக்குச் சேர்வதையே மக்கள், குறிப்பாக, இளைஞர்கள் விரும்பினார்கள். நிறைய சம்பளம், நிலையான வேலை போன்றவற்றுக்கு அதிக முக்கியத்துவம் தந்தார்கள்.

ஆனால் இப்போது, சம்பளத்தைக்காட்டிலும் மகிழ்ச்சியான வேலையைதான் பெரும்பாலானோர் உயர்வாகக் கருதுகிறார்கள். அதாவது, செய்கிற வேலையை விரும்பிச் செய்யவேண்டும், அதில் திருப்தி ஏற்படவேண்டும்.

பெரிய நிறுவனங்களில் என்னதான் மற்ற வசதிகள் கிடைத்தாலும், சுதந்தரம் இருக்காது, நினைத்ததை நினைத்தபடி செய்ய இயலாது. இத்தனை மணிக்கு அலுவலகம் வரவேண்டும் என்பதில் தொடங்கி ஏகப்பட்ட நேரடியான, மறைமுகமான

விதிமுறைகள், கட்டுப்பாடுகள் இருக்கும், அவற்றுக்கு இணங்கிதான் வேலைபார்க்கவேண்டும்.

இவை எல்லாமே சிறுநிறுவனங்களில் தலைகீழாக இருக்கின்றன. பெரிய வருவாயோ வசதிகளோ இருக்காது, அதேசமயம், நினைத்ததைச் செய்யலாம், யாரும் யாரையும் கட்டுப்படுத்தமுடியாது.

ஆனால், இப்படியிருந்தால் வேலை ஒழுங்காக நடக்குமா? ஏதாவது சொதப்பிவிட்டால்?

அதற்கும் இன்றைய இளைஞர்கள் தயாராக இருக்கிறார்கள், ஒரு விஷயம் சொதப்பினால் தூக்கி எறிந்துவிட்டு அடுத்த விஷயத்துக்குச் சென்றுவிடுகிறார்கள். ஒரே வருடத்தில் நான்கு நிறுவனங்களுக்கு மாறுவது, ஏன், நான்கு நிறுவனங்களை ஆரம்பித்து ஊத்திமூடுவதுகூட இன்றைக்குச் சர்வசாதாரணம்.

முந்தைய தலைமுறையினருக்கு இதைக்கேட்டால் பகீரென்று இருக்கும். காரணம், அவர்கள் சம்பளம், சேமிப்பு, மேலாளர்மேல் மரியாதை, நிறுவனத்தின்மீது விசுவாசம், கட்டுப்பாடு, கௌரவம் என்ற உலகத்தில் வாழ்கிறவர்கள், தோல்வியைக் கெட்டவார்த்தையாக, அவமானமாகக் கருதுகிறவர்கள்.

இன்றைய தலைமுறை வேறுவிதமாகச் சிந்திக்கிறது, தனக்குத் திருப்தி ஏற்படுவதற்காகதான் வேலை, மற்ற எல்லாமே இரண்டாம்பட்சம் என்று நினைக்கிறார்கள், பிறருக்காகத் தங்களை எந்தவிதமாகவும் மாற்றிக்கொள்ள இவர்கள் விரும்புவதில்லை, 'நான் நினைக்கிறாற்போல் என்னால் வாழமுடியவில்லை என்றால், எவ்வளவு பணம், புகழ் சம்பாதித்து என்ன பிரயோஜனம்?' என்று கேட்கிறார்கள்.

இந்த மனோபாவம் பல இளைஞர்கள்மத்தியில் பரவிக்கொண்டிருப்பதால், சிறிய நிறுவனங்கள் ஏராளமாக உருவாகின்றன, '*Startup*ல வேலைபார்க்கறேன்' என்பது பெருமையுடன் சொல்லிக்கொள்கிற விஷயமாகிவிட்டது.

ஆகவே, பெரிய நிறுவனங்கள் விரும்பினாலும் விரும்பா விட்டாலும் இதற்கேற்ப மாறவேண்டியிருக்கிறது. இல்லா

விட்டால் திறமைசாலி இளைஞர்கள் இந்தப் பக்கம் வராமல் அந்தப் பக்கம் சென்றுவிடுவார்களே!

அலுவலக மாற்றங்களின் அரசியல் இதுதான்: அலுவலகத்துக்கு வருகிறவர்கள் மகிழ்ச்சியோடு இருக்கவேண்டும், வேலை இனிமையாக நடக்கவேண்டும், அதற்கேற்ப பணிச்சூழலை மாற்றியமைத்தால் ஊழியர்கள் இன்னும் திறமையாகச் செயல்படுவார்கள்.

Shared Office Spaces எனப்படும் அதிநவீன அலுவலகங்களை இந்த உணர்வின் ஒரு நீட்சியாகப் பார்க்கலாம். இந்தியா உள்படப் பல நாடுகளிலும் சிறிய, நடுத்தர நிறுவனங்கள் விரும்பிப் பின்பற்றுகிற இந்த வசதியை, இப்போது எல்லா நிறுவனங்களுமே பயன்படுத்திக்கொள்ளத் தொடங்கி விட்டார்கள்.

அதென்ன *Shared Office Space?*

அலுவலகம் என்றாலே ஒரு நிறுவனம்தான், அதன் ஊழியர்கள்தான் என்று என்ன கட்டாயம்? ஒரே கட்டடத்துக்குள் பல நிறுவனங்களைச் சேர்ந்த ஊழியர்கள் ஒன்றாக வேலைபார்த்தால் என்ன?

யோசித்துப்பாருங்கள்: இப்போது அலுவலகம் என்பது ஒரு பெரிய குடையின்கீழ் பல விசுவாசிகள் வாழ்கிற அமைப்பாக இருக்காது, ஒத்த சிந்தனையுள்ள பலர், வெவ்வேறு நிறுவனங்களில், வெவ்வேறு பொறுப்புகளில் இருப்பவர்கள் ஒன்றுதிரண்டு வேலைபார்க்கிறார்கள், சிரிக்கிறார்கள், விளையாடுகிறார்கள், சாப்பிடுகிறார்கள், தூங்குகிறார்கள், மறுபடி வேலைபார்க்கிறார்கள்... கிட்டத்தட்ட ஒரு கல்லூரி ஹாஸ்டல்போலதான், ஜாலியான வாழ்க்கை, ஆனால் வேலையும் முடிந்துவிடும், சம்பளமும் வந்துவிடும்.

இந்தக் கற்பனைக்குப் பின்னால், ஒரு பெரிய கலாசார மாற்றமே இருக்கிறது: வேலை என்பது மகிழ்வான விஷயம், பளு அல்ல! *Shared Office Spaces*ன் இன்னொரு நன்மை, இதன்மூலம் சிறிய நிறுவனங்கள்கூட, குறைந்த செலவில் தங்களுடைய

ஊழியர்களுக்கு மிக நல்ல வசதிகளை வழங்கலாம், அவர்களைச் சிறப்பாகச் செயல்படத் தூண்டலாம்.

இன்றைய இளைஞர்கள் பலரும் இதை விரும்பக் காரணம், இதிலிருக்கும் நெகிழ்வுத்தன்மை. தற்போது ஐந்து பேர் வேலை செய்கிற இடத்தில், நாளைக்கே ஐம்பது பேரைச் சேர்க்கலாம், அல்லது, இரண்டு பேராகக் குறைக்கலாம், இந்த இடம் பிடிக்கவில்லையென்றால் இன்னோர் இடத்துக்கு மாறலாம், ஒவ்வொரு நிறுவனமும் தனக்கென்று தனியே கட்டடம் கட்டி வாடகை கொடுத்துக்கொண்டிருந்தால் இதெல்லாம் சாத்தியமில்லையல்லவா?

இப்போது இயல்பாகத் தோன்றுகிற இந்த விஷயம், அறிமுகமான புதிதில் எப்படிப்பட்ட அதிர்ச்சியைச் சந்தித்திருக்கும் என்று யோசித்துப்பாருங்கள். கிட்டத்தட்ட அதேமாதிரி ஓர் அதிர்ச்சியைத்தான் ஆதம் நியூமன் 2001ல் அனுபவித்தார்.

இஸ்ரேல் ராணுவத்தில் பணியாற்றிக்கொண்டிருந்த ஆதம், பணம்பண்ணவேண்டும் என்கிற நோக்கத்துடன் அமெரிக்காவுக்கு வந்தார். தன்னுடைய சகோதரியுடன் ஓர் அடுக்ககத்தில் தங்கினார்.

ஒருநாள், அவரும் அவருடைய சகோதரியும் லிஃப்டில் சென்றுகொண்டிருந்தார்கள். அதே லிஃப்டில் அவர்களுடன் இன்னும் சிலரும் இருந்தார்கள். ஆனால், யாரும் யாருடனும் ஒரு வார்த்தைகூடப் பேசவில்லை.

இது ஆதமுக்குப் பெரிய ஆச்சர்யமாக இருந்தது, 'நீங்கல்லாம் பக்கத்துல பக்கத்துல வாழறவங்கதானே?' என்று வியப்புடன் கேட்டார்.

'ஆமா, அதுக்கென்ன?' என்றார் அவருடைய சகோதரி.

'அப்புறம் ஏன் பேசிக்கமாட்டேங்கறீங்க?'

'இங்கே அப்படிதான்!'

ஆதமுக்கு இந்தப் பதில் பிடிக்கவில்லை. 'நம்ம ரெண்டுபேருக்கும் ஒரு போட்டி, இந்த அபார்ட்மென்ட்ல ஒவ்வொரு மாடியிலயும்

ஒரு நண்பரைக் கண்டுபிடிச்சுப் பேசிப் பழகணும், சரியா?' என்றார்.

அடுத்த சில வாரங்களில், அவர்கள் இருவருக்கும் அந்த அடுக்ககத்தில் பல நண்பர்கள் கிடைத்துவிட்டார்கள். அதன்பிறகு, அந்த வாழ்க்கை முன்பைவிட இனிமையாகிவிட்டது. யாரோ தெரியாதவர்கள்மத்தியில் வாழ்கிறோம் என்ற உணர்வே ஏற்படவில்லை, இயந்திரத்தனம் குறைந்தது.

'இப்படி ஒவ்வோர் அடுக்ககத்திலும் வாழ்கிற மக்கள் ஒருவரை ஒருவர் அறிந்து பழகுகிறவர்களாக இருந்தால் எப்படியிருக்கும்!' என்று யோசித்தார் ஆதம். அந்தச் 'சமூக அடுக்ககம்' யோசனையை பிஸினஸ் திட்டமாகத் தயாரித்து ஒரு போட்டிக்கு அனுப்பிவைத்தார்.

அந்தத் திட்டம் சென்ற வேகத்தில் நிராகரிக்கப்பட்டுத் திரும்பிவந்தது. 'ஏன்?' என்று கேட்டபோது, 'இந்த முட்டாள்தனமான திட்டத்தில் யாரும் முதலீடு செய்ய மாட்டார்கள்' என்று பதில் கிடைத்தது.

அப்போதும் ஆதம் நம்பிக்கையிழக்கவில்லை. அந்தத் திட்டத்தை மூளையின் ஒருபக்கத்தில் போட்டுவிட்டு மற்ற வேலைகளைப் பார்த்துக்கொண்டிருந்தார்.

சில மாதங்கள் கழித்து, அவர் வசித்துக்கொண்டிருந்த பகுதியில் ஒரு பெரிய கட்டடம் காலியானது. அங்கே யாரும் வாடகைக்கு வரவில்லை.

அந்தக் கட்டடத்தைப் பார்த்த ஆதமுக்கு ஒரு யோசனை, 'அந்தச் சமூக அடுக்கக யோசனையைக் கொஞ்சம் மாத்தி, ஒரு சமூக அலுவலகமாச் செஞ்சா என்ன?'

உடனே, அந்தக் கட்டடத்தின் உரிமையாளரான ஜோஷ்வா கட்மனைப் பார்த்துப் பேசினார் ஆதம். 'இந்த இடத்தை ஓர் அலுவலகமாக மாற்றி, அதனைப் பல நிறுவனங்களுக்கு வாடகைக்கு விடலாம்' என்று விளக்கினார், 'இது வெறும் ரியல் எஸ்டேட் யோசனை அல்ல, இதைச் சரியாகச் செய்தால்,

மக்கள் மகிழ்ச்சியோடு வந்து பணிபுரிகிற இடமாக மாற்றினால், நாம் பலமடங்கு சம்பாதிக்கலாம்' எனப் புரியவைத்தார்.

உதாரணமாக, அந்தக் கட்டடத்துக்கு மாத வாடகை பத்தாயிரம் ரூபாய் என்று வைத்துக்கொள்வோம். அதை ஒரே நிறுவனத்துக்குத் தந்தால், மாதம் பத்தாயிரம்தான் கிடைக்கும், மிஞ்சிப்போனால் பதினைந்தாயிரம், அதற்குமேல் வராது.

அதற்குப் பதிலாக, நாமே ஐம்பது இருக்கைகளை அமைக்கிறோம், நல்ல வசதிகளை, பணிச்சூழலை உருவாக்குகிறோம். பின்னர் அந்த இருக்கைகளை ஏழெட்டு நிறுவனங்களுக்குப் பிரித்துத் தருகிறோம். ஓர் இருக்கைக்கு மாதம் 1000 ரூபாய் என்று வாடகை வசூலிக்கிறோம்.

அந்தச் சிறிய நிறுவனங்களுக்கு ஒட்டுமொத்தக் கட்டடமும் தேவையில்லை, அவர்களால் அவ்வளவு வாடகை தரவும் இயலாது, அதற்குப் பதிலாக, தங்களுக்கு வேண்டிய இருக்கைகளைமட்டும் வாடகைக்கு எடுத்துக்கொள்வார்கள், அதற்குரிய பணத்தைச் செலுத்திவிடுவார்கள்.

ஆனால், அந்தக் கட்டடத்தை இயக்குகிறவர்களுக்கு ஐம்பது இருக்கைகளுக்கு மாதம் ஐம்பதாயிரம் கிடைக்கும். சில இருக்கைகள் நிரம்பாவிட்டாலும், பதினைந்தாயிரம் கிடைத்த இடத்தில் முப்பதாயிரமாவது கிடைக்குமே!

இப்படி அவர் விளக்கியதும் ஜோஷ்வா இதனை ஏற்றுக்கொண்டார், அவரும் ஆதமும் மிகுவெல் மெக்கெல்வெ என்ற வடிவமைப்பு நிபுணருடன் சேர்ந்து, GreenDesk என்ற நிறுவனத்தைத் தொடங்கினார்கள். அந்தக் கட்டடத்தைப் பிரமாதமான அலுவலகமாக்கி, அதனைப் பலரிடம் கொண்டுசென்றார்கள்.

GreenDesk பெரிய அளவில் வெற்றியடைந்தது, ஆதமுக்கு அது பெரிய ஊக்கம் தந்தது. இன்னும் பெரிதாகச் சிந்திக்கத் தொடங்கினார்.

பின்னர் ஒருகட்டத்தில், அவர்கள் GreenDeskஐ விற்பனை செய்துவிட்டார்கள். அதன்பிறகு, ஆதமும் மிகுவெலும்

சேர்ந்து *WeWork* என்ற நிறுவனத்தைத் தொடங்கினார்கள், பகிர்ந்துகொள்ளப்படும் அலுவலக இடங்கள் என்கிற கொள்கையைப் பிரபலப்படுத்தினார்கள்.

இதற்காக அவர்கள் பெரிதாக மெனக்கெடக்கூட இல்லை. *WeWork* அலுவலகங்களில் வேலைசெய்தவர்கள் எல்லாரும் மகிழ்ச்சியோடு அதைப் பரப்பினார்கள், சிறந்த சேவையே நல்ல விளம்பரமானது.

ஆதமின் 'சமூக' நம்பிக்கை, மிகுவெலின் வடிவமைப்புத்திறன் இரண்டும் சேர்ந்து *WeWork*ஐப் பெரிய அளவில் வளர்த்தன. போட்டிக்குப் பல புதிய நிறுவனங்கள் இதே துறையில் குதித்தாலும், இவர்களுடைய அலுவலகங்கள் தனித்துவத்தோடு திகழ்ந்தன. அரைமடங்கு வாடகையை எளிதில் இருமடங்கு வாடகையாக மாற்றமுடிந்தது, லாபத்துக்கு லாபம், மகிழ்ச்சிக்கு மகிழ்ச்சி.

இன்றைக்கு, *WeWork* நிறுவனம் அமெரிக்காவில் தொடங்கி ஆஸ்திரேலியா, கனடா, சீனா என்று 11 நாடுகளில் இயங்கிவருகிறது, நாளுக்கு நாள் அதன் சந்தை மதிப்பு அதிகரித்துக்கொண்டிருக்கிறது.

ஆனால், இந்தப் பணமதிப்பையெல்லாம் ஆதம் ஒரு பொருட்டாகவே நினைப்பதில்லை, 'வேலைக்குப் போவது என்றாலே அது சுமைதான்' என்கிற உலகக் கருத்தை மாற்றவேண்டும், அதனை ஒரு களிப்பான அனுபவமாக மாற்றவேண்டும், அதன்மூலம் வேலையும் சிறக்கவேண்டும், திருப்தியும் பெருகவேண்டும், உலகை இன்னும் சிறந்த இடமாக்கவேண்டும், இந்தக் கனவோடுதான் *WeWork* இயங்கிவருகிறது, இயந்திரப் புரட்சிபோல், இது அலுவலகச்சூழல் புரட்சி!

௬. Tanium

இருபது வருடங்களுக்குமுன்னால் எதேச்சையாக உருவான கூட்டணி அது.

ஓரியனுக்கு அப்போது பதினேழு வயது, பள்ளி மாணவர், அவ்வப்போது நேரம் கிடைக்கையில் தன்னுடைய தந்தை டேவிட்டின் அலுவலகத்துக்குச் சென்றுவருவார்.

டேவிட் *BigFix* என்ற பெயரில் ஒரு நிறுவனத்தை நடத்திக்கொண்டிருந்தார். அங்கேதான் ஓரியன் கணினி நிரலெழுதக் கற்றுக்கொண்டார்.

கொஞ்சநாள்கழித்து, ஓரியன் கல்லூரிக்குச் சென்றார், அதன்பிறகும், ஓய்வுநேரமெல்லாம் தந்தையின் அலுவலகமே கதி என்று கிடந்தார்.

அங்கே அவர் கற்றுக்கொண்ட விஷயங்களெல்லாம், கல்லூரிப் பாடங்களைவிடச் சுவையாக இருந்தன. 'எதுக்குக் கஷ்டப்பட்டு காலேஜுக்குப் போய்ப் படிக்கணும்?' என்று யோசிக்கத்தொடங்கினார் ஓரியன்.

நியாயமான கேள்விதானே, சிரமப்பட்டுக் கல்லூரியில் படித்துப் பட்டம் வாங்கியபிறகு, இப்படி ஏதோ ஒரு நிறுவனத்தில்

சேர்ந்து உழைக்கத்தான் போகிறோம், அந்த வாய்ப்பு இப்போதே கைக்கு வந்திருக்கிறது, விடுவானேன்?

இப்படி யோசித்த ஓரியன், கல்லூரிக்குச் செல்வதையே நிறுத்திவிட்டார், முழுநேரமாகக் கணினிகளோடு விளையாட ஆரம்பித்தார்.

இதனால், ஓரியனின் தாய்க்கு வருத்தம், 'இவ்ளோ தூரம் வந்தாச்சு, அந்தப் படிப்பையும் ஒழுங்கா முடிச்சுப் பட்டம் வாங்கியிருக்கலாமே' என்று ஆதங்கப்பட்டார்.

ஆனால், இந்த விஷயத்தில் ஓரியனின் தந்தை, மகனின் கட்சி, 'நீ வாடா ராஜா, உனக்கு எல்லாம் சொல்லிக்கொடுக்க நானாச்சு' என்று செல்லம் கொஞ்சினாரோ என்னவோ!

அரசியல், சினிமாவிலெல்லாம் வாரிசுகள் மேலே வருவதுபோலதான் தொழில்துறையிலும். தந்தை தொடங்கிய நிறுவனத்தை மகனோ மகளோ ஏற்று நடத்துவார்கள், இதற்கு உலகம்முழுக்க ஏகப்பட்ட உதாரணங்கள் உண்டு.

ஆனால், மற்ற துறைகளைப்போலின்றி, தொழில்துறையில் வெறுமனே 'வாரிசு' என்ற தகுதிமட்டும் போதாது, நிஜமாகவே தொழிலைத் தெரிந்துகொள்ளவேண்டும், வாடிக்கையாளர்களின் தேவைகளைப் புரிந்துகொள்ளவேண்டும், சக ஊழியர்களை அரவணைத்துச்செல்லத் தெரியவேண்டும், விற்பனை, மார்க்கெட்டிங், திறமைசாலிகளை அணிசேர்ப்பது, பலரைத் தட்டிக்கொடுத்து வேலை வாங்குவது, சரியான விஷயங்களில் முதலீடு செய்வது, நிதி நிர்வாகம் என்று ஒரே நேரத்தில் பல விஷயங்களைச் சமாளிக்கவேண்டியிருக்கும்.

இதையெல்லாம் 'வாரிசு'களுக்கு யார் சொல்லித்தருவார்கள்?

இதற்காகவே, தங்கள் தந்தை உச்சத்தில் இருக்கும்போதே வாரிசுகளும் அதே நிறுவனத்தில் சேர்ந்துவிடுவார்கள், அவர்களைப் பார்த்துத் 'தொழில் கற்றுக்கொள்'வார்கள்.

இதில் இன்னொரு வசதி, தந்தைக்கு ஆதரவாக இருக்கும் அடுத்தகட்ட நிர்வாகிகள், நிபுணர் குழுவினருடன்

வாரிசுகளும் பழகும் சூழ்நிலை இயல்பாக ஏற்பட்டுவிடும், அவர்களுக்கிடையே நல்லுறவு உண்டாகும், பின்னர் அந்த வாரிசு தனித்துச் செயல்படவேண்டிய நேரத்தில், இவர்கள் கைகொடுப்பார்கள்.

ஆனால், ஓரியன் விஷயத்தில் அவர் இவ்வளவு தூரம் சிரமப்படவேண்டிய அவசியமே இருக்கவில்லை, அவருடைய தந்தை டேவிட்டே நேரடியாகக் களத்திலிறங்கி மகனுக்கு எல்லாவற்றையும் சொல்லித்தர ஆரம்பித்தார்.

'தொழில்நுட்ப விவகாரங்களில் ஆரம்பித்து, விற்பனை நுட்பங்கள், நிறுவனத்தை நடத்தும் திறமைகள் என அனைத்தையும் ஓரியனுக்குக் கற்றுத்தந்துவிடவேண்டும் என்று நான் தீர்மானித்தேன்' என்று பின்னர் ஒரு பேட்டியில் குறிப்பிட்டார் டேவிட், 'நான் எவ்வளவு உயரம் சென்றேனோ, அதைவிட அதிக உயரத்துக்கு என் மகன் செல்லவேண்டும்!'

டேவிட் ஹிண்டவி பிறந்தது ஈராக்கில். அவருக்கு ஏழு வயதானபோது, குடும்பத்துடன் இஸ்ரேல் வந்தார், அந்நாட்டில் சிறிதுகாலம் ராணுவத்தில் வேலைசெய்தார், பிறகு, அமெரிக்காவுக்கு வந்துவிட்டார். அங்கே ஒரு சிறிய நிறுவனத்தைத் தொடங்கி நடத்தியபிறகு, *BigFix* அவருடைய இரண்டாவது முயற்சி.

*BigFix*ல் ஓரியன் இணைந்தபோது, அவர் ஒரு டீனேஜ் இளைஞர்தான். ஆனால், கற்றுக்கொள்ளவேண்டும் என்கிற ஆர்வம்மட்டும் நிறைய இருந்தது. ஒருபக்கம் தொழில்நுட்பத்தைப் பழகிக்கொண்டார், மென்பொருள் எழுதும் கலையைக் கற்றுக்கொண்டார், இன்னொருபக்கம் தந்தையுடன் ஊர் ஊராகச் சென்று வியாபார நுட்பங்களைப் பழகிக்கொண்டார்.

'பத்து வருடங்களுக்குள், ஓரியன்மீது எனக்கு மிகுந்த நம்பிக்கை வந்துவிட்டது' என்கிறார் டேவிட். அதன்பிறகு, தைரியமாக அவருக்குப் புதிய பொறுப்புகளைத் தரத்தொடங்கினார், தந்தை, மகன் என்கிற வேறுபாட்டையெல்லாம் மறந்து இருவரும் ஒன்றாக வேலைசெய்தார்கள், இருவருக்குமிடையே உள்ள

முப்பத்தைந்து வயது வித்தியாசம் கொஞ்சம்கொஞ்சமாகக் காணாமலே போனது.

ஓரியன் மிக வேகமாகக் கற்றுக்கொண்டார், *BigFix*ன் வளர்ச்சியில் அவருடைய பங்களிப்பு மிக முக்கியமானது.

*2007*ம் வருடம், டேவிட்டும் ஓரியனும் இணைந்து ஒரு புதிய நிறுவனத்தைத் தொடங்கினார்கள், அதன் பெயர், *Tanium*. 'சைபர்செக்யூரிட்டி' எனப்படும் கணினி பாதுகாப்புக்கான மென்பொருள்களைத் தயாரிக்கும் நிறுவனம் இது.

*Tanium*க்கு முன்பாகவே, சந்தையில் பல கணினி பாதுகாப்புத் தொழில்நுட்பங்கள் இருந்தன. நம்மைப்போன்ற பொதுமக்களின் கணினிகளில் தொடங்கி, பெரிய நிறுவனங்கள் தங்களுடைய வாடிக்கையாளர்கள், வியாபாரத்தைப்பற்றிய கோடிக்கணக்கான விவரங்களைச் சேமித்துவைத்திருக்கும் பெரிய வழங்கி(*Server*)கள்வரை அனைத்துக்கும் இந்தத் தொழில்நுட்பங்கள் தேவைப்பட்டன.

குறிப்பாக, இணையம் எங்கும் பரவிக்கொண்டிருந்த, புதிய மொபைல் தொழில்நுட்பங்கள் அறிமுகமாகிக்கொண்டிருந்த அன்றைய காலகட்டத்தில், பாதுகாப்பு ஒரு மிகமுக்கியமான தேவையாகியிருந்தது. கையில் கிடைத்த கணினிகளையெல்லாம் போட்டுத்தாக்கும் வைரஸ்களில் ஆரம்பித்து, முக்கியத் தகவல்கள் சேகரிக்கப்பட்டிருக்கும் கணினிகளைக் குறிவைத்துத் தாக்கும் கில்லாடிகள்வரை அனைத்தையும் சமாளிக்கவேண்டியிருந்தது, அதற்காக, பாதுகாப்பு மென்பொருள்கள் மிகக் கவனமாக உருவாக்கப்பட்டன.

ஆனால், இதெல்லாம் போதவில்லை, காவலர் ஒருபடி முன்னேறினால், திருடன் நான்குபடி முன்னேறுகிற சூழல், ஒவ்வொரு நாளும் புதுப்புது வைரஸ்கள், தாக்கும் நுட்பங்கள் அறிமுகமாகிக்கொண்டிருந்தன, ஒன்றிலிருந்து தப்பித்து நிமிர்வதற்குள் இன்னொன்று தாக்கியது.

அன்றைய பாதுகாப்பு அமைப்புகள் இதையெல்லாம் நன்கு கையாண்டன. ஆனால், அதற்கு அவர்கள் பயன்படுத்திய

தொழில்நுட்பம்தான் கொஞ்சம் பழையது. இதனால், ஒரு பெரிய பிரச்னை முளைத்தது: வேகம்!

ஒரு நிறுவனத்தில் கணினிகளின் எண்ணிக்கை அதிகரிக்க அதிகரிக்க, அவற்றினிடையிலான இணைப்புகளும் அதிகரிக்கின்றன, அவற்றை எதிரிகள் தாக்கும் சாத்தியங்களும் அதிகரிக்கின்றன, ஆகவே, இந்தப் பாதுகாப்பு அமைப்புகள் அதிகம் உழைக்கவேண்டியிருக்கிறது. இது அந்த அமைப்புகளை மெதுவாக இயங்கச்செய்கிறது.

அதற்காக என்ன செய்யமுடியும்? பாதுகாப்பு முக்கியமாயிற்றே, பல்லைக் கடித்துக்கொண்டு சமாளிக்கவேண்டியதுதான்!

விமானநிலையத்துக்குச் செல்கிறோம், வாசலில் பெரிய வரிசை நிற்கிறது, எல்லாரும் பாதுகாப்புப் பரிசோதனைக்காகக் காத்திருக்கிறார்கள். அத்தனை பேரையும் தாண்டி நம்முடைய முறை வருவதற்கு அரை மணிநேரமாகிவிடுகிறது. இந்தப் பிரச்னையை எப்படிச் சரிசெய்வது?

இரண்டு பரிசோதனை அதிகாரிகளுக்குப் பதிலாக நான்கு பேரை நியமிக்கலாம். ஆனால், நாளைக்கே விமானப்பயணிகளின் எண்ணிக்கை அதிகரிக்கும்போது, மறுபடி இதேபோன்ற பிரச்னைதானே வரும்!

ஆக, எண்ணிக்கையைமட்டும் மாற்றிப் பயனில்லை, அதனால் பிரச்னை முழுமையாகத் தீரப்போவதில்லை.

ஆனால், அன்றைய கணினி பாதுகாப்புத் தொழில்நுட்ப நிறுவனங்களெல்லாம் இதைத்தான் செய்துகொண்டிருந்தார்கள், பெரிய அமைப்புகள், சிக்கலான, நவீன முறைகளைப் பயன்படுத்திப் பாதுகாப்பை உறுதிசெய்தார்கள், ஆனால், அடிப்படைமட்டும் மாறவில்லை. இதனால், பாதுகாப்பு அமைப்புகள் மேலும் மேலும் மெதுவாகிக்கொண்டிருந்தன.

இங்கேதான் *Tanium* வித்தியாசமாகச் சிந்தித்தது. பழைய சிந்தனையைப் புதிய தொழில்நுட்பத்தின்மூலம் தயாரித்து மற்றவர்களோடு போட்டியிடுவதைவிட, ஒரு புதிய வழியில் கணினிகளை, மொபைல் போன்கள், தொடுகணினிகள்

போன்ற பிற அமைப்புகளைப் பாதுகாத்தால் என்ன என்று யோசித்தார்கள்.

அதென்ன புதிய வழி?

வழக்கமான பாதுகாப்பு அமைப்புகள் அனைத்தும், *Servers* எனப்படும் வழங்கிகளை மையத்தில் கொண்டிருக்கும். அவைதான் அந்த வலைப்பின்னலில் இருக்கும் எல்லாக் கணினிகளையும் கருவிகளையும் கண்காணிக்கும், வேண்டிய மாற்றங்களைச் செய்யும்.

*Tanium*லும் *Servers* உண்டு. ஆனால், எல்லாக் கணினிகளும், கருவிகளும் அதைமட்டுமே சார்ந்திருக்காது, அவை தங்களுக்குள் பேசிக்கொள்ளும், பாதுகாப்பு விஷயங்களைப் பரிமாறிக்கொள்ளும், தேவைப்படும்போதுமட்டும் *Server*களுடன் பேசும்.

கொஞ்சம் எளிமையான உதாரணத்துடன் விளக்குவதென்றால், ஊரில் திருட்டைக் குறைப்பதற்கு மேலும் மேலும் அதிகக் காவலர்களை வேலைக்குச் சேர்ப்பதைவிட, மக்களுக்கு எச்சரிக்கையாயிருக்கக் கற்றுக்கொடுப்பது சிறந்ததல்லவா? அப்போதும் காவலர்கள் தேவைப்படுவார்கள், ஆனால், முன்புபோல் அதிக எண்ணிக்கையில் தேவைப்படமாட்டார்கள், அவர்கள் இல்லாத இடங்களிலும்கூட மக்களின் விழிப்புணர்வு காரணமாகப் பாதுகாப்பு நிலைநாட்டப்படும்.

கிட்டத்தட்ட இதேபோன்ற ஒரு சிந்தனையோடு *Tanium* தொழில்நுட்பம் உருவானது. மற்ற பாதுகாப்பு அமைப்புகளோடு ஒப்பிடும்போது இதன் வேகம் பலமடங்கு சிறப்பாக இருந்தது, பிரச்னைகளை உடனுக்குடன் கண்டறியவும் சரிசெய்யவும் முடிந்தது.

இப்படி உருவான *Tanium*ஐ டேவிட்டும் ஓரியனும் பல பெரிய நிறுவனங்களிடம் இயக்கிக்காட்டினார்கள். அவர்கள் அமைதியாகப் பார்த்துவிட்டு, ‘எல்லாம் நல்லாதான் இருக்கு, ஆனா, இது வெறும் ட்ரெய்லர்தானே? உண்மையான சாஃப்ட்வேரை எழுத எவ்ளோ நாளாகும்?’ என்று கேட்டார்கள்.

'ஐயா, சாஃப்ட்வேர் ஏற்கெனவே எழுதியாச்சு, அதைத்தானே உங்களுக்கு இப்போ இயக்கிக்காட்டினோம்!'

'போங்க சார், விளையாடாதீங்க, இது சும்மா பொம்மை!' என்று அந்தப் பெரிய அதிகாரிகள் சிரித்தார்கள், 'நீங்கபாட்டுக்கு ஏதோ தட்டறீங்க, சட்டுசட்டுன்னு விடையெல்லாம் வந்து கொட்டுது, இதென்ன கூகுளா?'

ஆமாம். கூகுளைப்போல் பாதுகாப்பு விஷயங்களைச் சட்டென்று கண்டறியக்கூடிய, திருத்தக்கூடிய ஒரு மென்பொருளைத்தான் டேவிட்டும் ஓரியனும் உருவாக்கியிருந்தார்கள். பல ஆண்டு அனுபவத்தையும் கொட்டி உருவாக்கிய அந்தத் தொழில்நுட்பம், அதிவேகமாகவும் துல்லியமாகவும் இயங்கியது.

அந்த வேகம், அதுவரை எந்தப் பாதுகாப்பு மென்பொருளிலும் இல்லாத அதிசயம். அதற்குக் காரணம், அவர்களுடைய புதிய சிந்தனை.

இதனால், ஆரம்பத்தில் நம்பமுடியாமல் பார்த்த நிறுவனங்களெல்லாம் இப்போது *Tanium*ஐத் தேடிவந்தார்கள். தங்களுடைய அதிமுக்கியமான கணினிகளை, பிற அமைப்புகளை அவர்களுடைய பொறுப்பில் ஒப்படைத்தார்கள்.

இன்றைய தேதிக்கு, அமெரிக்காவின் மிகப்பெரிய நூறு நிறுவனங்களைப் பட்டியல் போட்டால், அதில் ஐம்பது பேராவது *Tanium*ன் வாடிக்கையாளர்கள், மீதமிருக்கிறவர்களும் விரைவில் வந்துவிடுவார்கள்.

தந்தையும் மகனும் சேர்ந்து உருவாக்கிய நிறுவனம், இன்றைக்கு உலகுக்கே காவலனாகிக்கொண்டிருக்கிறது, வாடிக்கையாளர்களுக்கும் மகிழ்ச்சி, முதலீட்டாளர்களுக்கும் மகிழ்ச்சி!

7. Spotify

வீட்டிலோ அலுவலகத்திலோ ஒரு முக்கியமான வேலை, அதைப் பதற்றமின்றிச் செய்யவேண்டுமென்றால், பின்னணியில் சில பாடல்களை ஓடவிடவேண்டும்.

அதிகாலை நடையா, வெளியூர் செல்கிறோமா, காதுக்குள் நல்ல இசை ஒலிக்கவேண்டும்.

அலுவலகத்துக்கு நெடுந்தூரம் காரை ஓட்டிச்செல்ல வேண்டியிருக்கிறதா, விதவிதமான பாடல்களைச் சத்தமாகக் கேட்டபடி சென்றால்தான் சுகமாயிருக்கிறது.

திருவிழாவா, திருமணமா, பிறந்தநாள் விழாவா, நண்பர்களுடன் பார்ட்டியா, அங்கெல்லாம் பாடல்கள்தான் முக்கியக் கொண்டாட்டம்.

சூப்பர் மார்க்கெட்டில் மளிகைசாமான் வாங்கும்போதும் சரி, ஷாப்பிங் மாலில் ஆடைகளைப் புரட்டும்போதும் சரி, பின்னணியில் வாத்திய இசை ஒலித்துக்கொண்டிருக்கிறது.

ஆனால், இந்த இசை எங்கிருந்து வருகிறது?

இது தத்துவார்த்தக் கேள்வியல்ல, எதார்த்தமாகவே யோசிப்போம், இத்தனை இசையும் எங்கிருந்து நமக்குக் கிடைக்கிறது?

ஆரம்பத்தில் பென்னம்பெரிய இசைத்தட்டுகளில் பாடல்களை வாங்கினோம், பின்னர் கேஸெட்கள் எனப்படும் ஒலிநாடாக்களில் அவற்றை வாங்கிப் பலமுறை கேட்டோம், சிடிக்கள் எனப்படும் குறுந்தகடுகள், யுஎஸ்பி குச்சிகளில் வாங்கிப் பத்திரப்படுத்தினோம், இப்போது, அந்தப் பாடல்கள் அனைத்தும் இணையத்தில் கிடைக்கின்றன.

கவனியுங்கள், 'வாங்கினோம்' என்பது போய், 'கிடைக்கின்றன' என்றாகிவிட்டது. யூட்யூபில் தொடங்கிப் பலப்பல தளங்களில் இந்தப் பாடல்கள் எளிதாகக் கிடைக்கின்றன, அவற்றை விருப்பம்போல் தரவிறக்கம் செய்து கணினியில், செல்பேசியில் கேட்கிறோம். இதற்காக நாம் ஒரு பைசா செலவழிப்பதில்லை, எல்லாமே இலவசம்தான்.

ஆனால், இப்படி எல்லாரும் பாடல்களை இலவசமாகத் தரவிறக்கம் செய்துகொண்டால், இந்தப் பாடல்களை உருவாக்கும் இசையமைப்பாளர்கள், இசைக்கலைஞர்கள், கவிஞர்கள், பாடகர்கள், இவற்றை வெளியிடும் நிறுவனங்களுடைய நிலைமை?

அதைப்பற்றி யார் கவலைப்படுகிறார்கள்? திரைப்படங்கள்கூட வெளியான தினத்தன்றே இணையத்தில் இலவசமாகக் கிடைத்துவிடுகிறபோது, பாடல்களெல்லாம் எம்மாத்திரம்!

சமீபத்தில் ஒரு பெரிய திரைப்படத்தின் வெளியீட்டுக்குச் சில நாள் முன்பாக, அப்படத்தின் தயாரிப்பாளர் ஒரு குறிப்பிட்ட இணையத்தளத்தைக் கண்டபடி வசைபாடினார், 'இவர்கள் எங்கள் பிழைப்பைக் கெடுக்கிறார்கள்' என்பதுதான் அவருடைய பேச்சின் சாரம்.

அவர் சொல்வது சட்டப்படி சரிதான். ஆனால், ஆச்சர்யமான விஷயம், மக்களில் யாரும் அவர்பக்கம் நிற்கவில்லை, அவரைப்பார்த்துச் சிரித்தார்கள், அந்த இணையதளத்துக்கு

வாழ்த்துகள் குவிந்தன. சாலையில் ஒருவருடைய கைப்பையை இன்னொருவன் பிடுங்கிச்சென்றால் நாம் அந்தத் திருடனை வாழ்த்துவோமா? 'திருட்டுப்பயலே' என்று திட்டமாட்டோமா? பிடித்துக் காவல்துறையில் ஒப்படைக்கமாட்டோமா?

இதுவும் அதுபோன்ற திருட்டுதானே? நூறு ரூபாய் திருடியவனுக்குத் தர்ம அடி போடுகிற சமூகத்தில், ஒருவர் கோடிக்கணக்கில் செலவழித்து எடுக்கிற படத்தைத் திருடி வெளியிடுபவர்களுக்கு இப்படியோர் ஆதரவா!

கேட்டால், திரையரங்குகளில் கட்டணம் அதிகம், பாப்கார்ன் விலை அதிகம், சினிமாக்காரர்கள் வெளிநாட்டுப் படங்களைத் திருடுகிறார்கள் என்று ஏதேதோ காரணங்களைச் சொல்கிறார்கள். அதெல்லாம் உண்மையென்றால் படம் பார்க்காமல் இருந்துவிடலாமே, ஏன் திருடவேண்டும், ஏன் திருட்டை ஊக்குவிக்கவேண்டும்? அந்த அளவுக்கு நாம் அநியாயவாதிகளாகிவிட்டோமா?

கஷ்டப்பட்டு உழைத்து ஒரு படைப்பை உருவாக்கியவர், 'இதைத் திருடாதீர்கள்' என்று சொல்லும்போது நாம் அவரைப்பார்த்துச் சிரிக்கிறோம் என்றால், படைப்பாளிகள் நிலைமை என்னவாகும்? இனி யார்தான் படைக்க முன்வருவார்கள்?

இன்றைக்குத் திரைப்படத்தயாரிப்பாளர்கள் சந்திக்கிற இதே சவாலைதான், பல ஆண்டுகளுக்குமுன் இசைத்தயாரிப்பாளர்கள் சந்தித்தார்கள், அவர்கள் மிகுந்த பொருட்செலவில் உருவாக்கிய இசைத்துணுக்குகளெல்லாம் பலப்பல இணையத்தளங்களில் இலவசமாக வெளியிடப்பட்டன, ஏராளமானோர் அதைத் தரவிறக்கம் செய்து கேட்டுக்கொண்டிருந்தார்கள்.

இதனால், இசை நன்றாகப் பரவியது, பல புதிய ரசிகர்கள் வந்தார்கள், இசையைக் கேட்டு அனுபவித்தார்கள், ஆனால், அவர்கள் விரும்பிக்கேட்ட இசையை உருவாக்குபவர்களுக்கு எதுவும் கிடைக்கவில்லை.

ஆகவே, இசைநிறுவனங்கள் இணையத்தைத் தங்களுடைய விரோதியாகவே நினைக்கத்தொடங்கின, அங்கே ஒரு பாடல்

வெளியானால், அதனால் சிடி விற்பனை குறையும், தங்களுக்கு வருமான இழப்பு ஏற்படும் என்று கருதினார்கள்.

ஆனால் இன்றைக்கு, நிலைமை தலைகீழ். ஒவ்வொரு புதுப்பாடலும் முதலில் இணையத்தில்தான் வெளியாகிறது, திருட்டுப்பிரதி அல்ல, அந்தப் பாடலைத் தயாரித்த, விநியோகிக்கும் நிறுவனமேதான் அதனை இணையத்தில் அதிகாரப்பூர்வமாக வெளியிடுகிறது, அதுவும் இலவசமாக!

அதன்பிறகு, இதே இசை நிறுவனங்கள் 'எல்லாரும் இங்கே வந்து இந்தப் பாடலை இலவசமாகக் கேளுங்கள்' என்று ரசிகர்களை ஊக்குவிக்கின்றன, 'எங்கள் பாடலை இத்தனை லட்சம்பேர் கேட்டுள்ளார்கள்' என்று பெருமையோடு சொல்லிக்கொள்கின்றன.

அதெல்லாம் சரி, ஆனால் அத்தனை லட்சம் பேரிடமிருந்து ஒரு ரூபாயாவது கிடைக்குமா?

ம்ஹூம், கிடைக்காது. அவர்கள் சிடி வாங்கப்போவதில்லை, சொல்லப்போனால், பல படங்களுக்கு சிடி வெளியாவதே இல்லை, 'எல்லாம் நெட்ல இருக்கு, வாட்ஸாப்ல வரும், கேட்டுக்கோங்க' என்று சொல்லிவிடுகிறார்கள்.

இந்த மாற்றம் எப்படி நிகழ்ந்தது? இணையத்தைத் தங்களுடைய விரோதியாக நினைத்து ஒதுங்கிய இசைநிறுவனங்கள், இன்று அதில் தங்களுடைய பாடல்களை வெளியிடத் துடிக்கிறார்களே, ஏன்?

ஆரம்பத்தில், ரசிகர்கள் இசையைக் (அதாவது, கேஸட், சிடியை) காசுகொடுத்து வாங்கினால்தான் இசைநிறுவனங்களுக்கு வருமானம் என்கிற நிலைமை இருந்தது. ஆனால் இப்போது, அந்த இசையை இலவசமாகக் கொடுத்துவிட்டு, அதைவைத்து வேறுவழிகளில் சம்பாதிக்கிற நிலை ஏற்பட்டுள்ளது.

எடுத்துக்காட்டாக, ஒரு புதிய படத்தின் பாடலை இணையத்தில் கேட்கிறோம், அதற்குமுன்னே ஒரு சிறு விளம்பரம் ஒலிக்கிறது, அந்த இணையப்பக்கத்தின் மேலே, கீழே, இடப்பக்கம், வலப்பக்கம் விளம்பரங்கள் பளிச்சிடுகின்றன, இந்த

விளம்பரங்களை வெளியிட்டோர் அந்த இணையதளத்துக்குக் காசு தருகிறார்கள், அதில் ஒரு பகுதி அந்த இசைநிறுவனத்துக்கு, இசைக்கலைஞர்களுக்குச் செல்கிறது.

உண்மையில், இது ஓர் அற்பத்தொகையாகவே இருக்கும், ஆனால் இப்படி லட்சக்கணக்கானோர், கோடிக்கணக்கானோர் அப்பாடலைப் பார்க்கும்போது, அதன்மூலம் கிடைக்கும் மொத்த வருமானம் கணிசமாக இருக்கும், இப்படி ஒவ்வொரு பாடலுக்கும் வருகிற தொகையைத் தொகுத்துப்பார்த்தால் இசைநிறுவனங்களுக்கு இது ஒரு மிகப்பெரிய வருவாய், கஷ்டப்பட்டு சிடி விற்றுச் சம்பாதிப்பதைவிட இது எளிதல்லவா?

அதேபோல், இசைகேட்கும் இணையதளங்களில் கூடுதல் சவுகர்யங்களுக்காகப் பலர் உறுப்பினர்களாகச் சேர்கிறார்கள், இவர்கள் தரும் பணத்தை அந்த இணையதளங்கள் இசை நிறுவனங்களுடன் பகிர்ந்துகொள்கின்றன.

ஆக, இணையதளங்களில் இசை இலவசம்தான், ஆனால் அதைக்கொண்டு வேறு வழிகளில் பணம் சம்பாதிக்கலாம், அதில் ஒரு பகுதி இசைநிறுவனங்களுக்குச் செல்கிறது, இன்றைக்கு இது அவர்களுக்கு ஒரு முக்கியமான வருவாய்மூலம்.

இந்த மாற்றத்தை உருவாக்கிய முன்னோடி இணையதளங்களில் ஒன்று, *Spotify*!

இணையத்தில் எத்தனையோ தளங்கள் இருக்கின்றன, அவற்றிலெல்லாம் பலப்பல பாடல்கள் இலவசமாகக் கிடைக்கின்றன, *Spotify*யும் அவற்றைப்போல்தானே, இதிலென்ன விசேஷம் என்று கேட்கிறவர்கள், அநேகமாக இந்தத் தளத்தைப் பயன்படுத்தியிருக்கவே மாட்டார்கள்.

பாடல்களின் எண்ணிக்கை, வீச்சு, ஒலித்தரம், செலவு என அனைத்திலும் *Spotify* சிறந்து விளங்கினாலும், அதன் சிறப்பம்சத்தை விளக்குவது, சொற்களால் விவரிப்பது சிரமம். அப்படியொரு தனித்துவமான இசைகேட்கும் அனுபவத்தைத் தந்து ரசிகர்களை ஈர்த்துவைத்திருக்கிறார்கள். அட, ரசிகர்களை விடுங்கள், ஆரம்பத்தில் இசைநிறுவனங்களுக்கே இந்த விஷயம் புரியவில்லை!

பல வருடங்களுக்கு முன்னால், Spotify தொடங்கப்பட்ட புதிதில், 'எங்கள் இணையதளத்துக்காக உங்கள் பாடல்களைக் கொடுங்கள்' என்று இந்த இசைநிறுவனங்களை அணுகியிருக்கிறார்கள், அப்போது அவர்கள் யாரும் சரியாகப் பிடிகொடுத்துப் பேசவில்லையாம், 'பார்க்கலாம், பார்க்கலாம்' என்றுதான் எல்லாரும் தட்டிக்கழித்தார்களாம், 'இவங்களும் மத்தவங்களைப்போல்தானே' என்று அலட்சியப்படுத்தினார்களாம், எல்லா இணையதளங்களையும் போல் இவர்களையும் விரோதமாகவே பார்த்தார்களாம்.

பொறுமையிழந்துபோன Spotify, 'எங்க கெத்தைக் காட்டறோம் பாரு' என்று களத்தில் இறங்கினார்கள், அந்த இசைநிறுவனங்களின் பாடல்களில் சிலவற்றை (திருட்டுத்தனமாக) எடுத்துத் தங்களுடைய இணையதளத்தில் சேர்த்துவிட்டார்கள். பின்னர், அந்தத் தளத்தை அதே நிறுவனங்களுக்கு இயக்கிக்காட்டினார்கள்.

அதன்பிறகுதான், அந்த இசைநிறுவனங்களுக்கு விஷயமே புரிந்தது, இந்தத் தளத்தின்வழியே தங்களுடைய பாடல்கள் வெளியாவது ரசிகர்களை எந்த அளவு ஈர்க்கும் என்று தெரிந்துகொண்டார்கள், இவங்ககிட்ட ஏதோ வித்தியாசம் இருக்கு' என்று அவர்களுடன் கைகோத்துக்கொண்டார்கள், Spotify அதிவேகமாக வளரத்தொடங்கியது.

Spotifyயின் நிறுவனர் பெயர் டேனியல் எக். மிகச்சிறிய வயதிலிருந்தே இசையும் தொழில்நுட்பமும்தான் இவருடைய பிரியங்கள், அவை இரண்டும் சேர்ந்த ஒரு வாழ்க்கை இவருக்கு அமைந்திருப்பது பெரிய அதிசயம்தான்.

டீனேஜ் பருவத்தில், இணையதளங்களை வடிவமைப்பது, அவற்றைத் தன்னுடைய கணினியிலிருந்து இயக்குவது என தனித்தொழில் தொடங்கி நிறைய சம்பாதித்தார் டேனியல், அதன்பிறகு, சில தொழில்நுட்ப நிறுவனங்களில் வேலை செய்திருக்கிறார், இவரே தொடங்கி நடத்திய நிறுவனங்களும் உண்டு.

இப்படி ஏகப்பட்ட பணம் சம்பாதித்தபோதும், அவருக்கு நிம்மதியில்லை. இசை, தியானம் என்று மனத்தைத் திருப்பப்பார்த்த நேரத்தில், மார்ட்டின் லோரென்ட்ஜன் என்ற நண்பரின் அறிமுகம் கிடைத்தது.

மார்ட்டினிடமும் பணம் இருந்தது, ஆனால் மகிழ்ச்சி இல்லை. இருவரும் நெருங்கிய நண்பர்களானார்கள்.

இப்படிப் பணத்தைப்பற்றி அக்கறையே இல்லாத இருவர் சேர்ந்து தொடங்கிய நிறுவனம்தான் *Spotify*. வருவாயைவிட, இந்தத் துறையைப் புரட்டிப்போடவேண்டும் என்ற ஆர்வம்தான் அவர்களைச் செலுத்தியது.

Google நிறுவனர்கள் தங்களுடைய நிறுவனத்துக்கு *Googol* என்றுதான் பெயர்சூட்ட எண்ணியிருந்தார்களாம், பின்னர் ஒரு தவறால் அது *Google* என்று மாறிப்போனதாம்.

*Spotify*யின் கதையும் அப்படித்தான். புதிதாக ஒரு நிறுவனம் தொடங்கவேண்டும் என்று தீர்மானித்த டேனியல், மார்ட்டின் இருவரும் ஆளாளுக்கு ஒரு பெயரைச் சொல்லி யோசித்துக்கொண்டிருந்தார்கள், அப்போது மார்ட்டின் சொன்ன ஒரு பெயர் டேனியலின் காதில் *Spotify* என்று விழுந்திருக்கிறது. 'ஆஹா, புதுசா இருக்கே' என்று அதையே பதிவுசெய்துவிட்டார்.

அன்றைக்கு மார்ட்டின் சொன்ன உண்மையான பெயர் என்னவோ, யாருக்கும் தெரியவில்லை, இப்போது *Spotify* என்றால் எல்லாருக்கும் தெரியும், அப்படியோர் அதிவேக வளர்ச்சி, உலகெங்கும் லட்சக்கணக்கான ரசிகர்கள் *Spotify*யில் தான் பாட்டுக்கேட்போம் என்று பிடிவாதம் பிடிக்கிறார்கள். இதனால் இசைத்துறையில் *Piracy* எனப்படும் திருட்டுவேலை கணிசமாகக் குறைந்துள்ளது.

அப்படி என்ன செய்தது *Spotify?*

பாடலைக் கேட்கிற எல்லாருமே அதனைப் பிறரோடு பகிர்ந்துகொள்ள விரும்புவார்கள், 'ச்சே, என்னமா இருக்கு இந்தப் பாட்டு' என்கிற எளிய பாராட்டில் தொடங்கி,

'மச்சி, நீ இந்தப் பாட்டை அவசியம் கேட்கணும்' என்று பரிந்துரைப்பதுவரை அவர்களுக்குப் பல தனித்துவமான தேவைகள் உண்டு.

இவை அனைத்தையும் *Spotify* புரிந்துகொண்டது. அதற்கேற்ப வடிவமைக்கப்பட்டது, இதனால், தொடக்கத்திலிருந்தே, 'எல்லாரும் சேர்ந்து நல்ல இசையைக் கேட்டுக் கொண்டாடும் ஒரு தளம்' என்ற பெயரைப் பெற்றுவிட்டது.

ஆரம்பத்தில் சில குறிப்பிட்ட நாடுகளில்மட்டும் இயங்கத்தொடங்கிய *Spotify* படிப்படியாக உலகம்முழுமைக்கும் பரவியது, ஒருபக்கம் ரசிகர்கள், இன்னொருபக்கம் இசைநிறுவனங்கள் என இருவரையும் திருப்திப்படுத்தும்வகையில் தன்னை உருவாக்கிக்கொண்டது.

இன்றைக்கு இணையத்தில் ஏராளமான இசைத்தளங்கள் இருக்கின்றன. பெரிய தலைகளெல்லாம் இதில் நுழைந்திருக்கிறார்கள். எல்லாத்தளங்களும் கிட்டத்தட்ட ஒரேமாதிரிதான் இருக்கின்றன, கிட்டத்தட்ட ஒரே இசையைத்தான் ஒலிபரப்புகின்றன.

இந்தப் போட்டிக்கிடையே, *Spotify*போன்ற முன்னோடிகளின் பணி இன்னும் முக்கியத்துவம் பெறுகிறது. இணையம் இசைநிறுவனங்களுக்கு எதிரியல்ல, தோழன் என்று நிரூபித்து, இசைநிறுவனங்களுக்கு வருவாய் ஈட்டித்தந்த *Spotify* இத்துறையின் அடுத்தடுத்த முன்னேற்றங்களைக் கூர்ந்து கவனித்து, கணித்து முன்னேறிக்கொண்டிருக்கிறது.

8.Pinterest

சிறுவயதில் நீங்கள் எதையேனும் சேகரித்ததுண்டா?

சிலர் தபால்தலைகளைச் சேகரிப்பார்கள், சிலர் பிடித்த நடிகர், நடிகையரின் புகைப்படங்களைச் சேகரிப்பார்கள், சிலர் இலைகளைச் சேகரிப்பார்கள், சிலர் மலர்களைச் சேகரித்து நோட்டுப்புத்தகத்தில் அழுத்திவைப்பார்கள், சிலர் வெளிநாட்டு நாணயங்களைச் சேகரிப்பார்கள், பேருந்துப் பயணச்சீட்டுகள், ஐஸ்க்ரீம் குச்சிகளைச் சேகரிப்பவர்கள்கூட உண்டு.

சிறுவயதில் தொடங்கும் இந்தப் பழக்கத்தைச் சிலர் வாழ்நாள்முழுக்கத் தொடர்கிறார்கள். இதற்காகப் பெரும் உழைப்பையும் பணத்தையும் முக்கியமாக, நேரத்தையும் செலவிடுகிறார்கள்.

வெளியிலிருந்து பார்ப்பவர்களுக்கு, 'இதிலென்ன இருக்கிறது?' என்று தோன்றும். ஆனால், சேகரிப்பாளர்களுக்கு அது ஓர் அலாதியான மகிழ்ச்சியைத் தருகிறது. தாங்கள் சேகரித்துள்ள விஷயங்களைப் பிறரிடம் காண்பிப்பதும், ஒத்த கருத்துள்ளவர் களுடன் அந்தச் சேகரிப்புகளைப் பகிர்ந்துகொள்வதும், அதிலுள்ள இடைவெளிகளை நிரப்புவதும் ஒரு சுவையான விளையாட்டைப் போலாகிவிடுகிறது.

எடுத்துக்காட்டாக, ஒருவர் பழைய பத்திரிகைகளைச் சேகரிக்கிறார் என்று வைத்துக்கொள்வோம். அவரிடம் சென்று, ‘1940கள்ல தமிழ்ல குழந்தைன்னு ஒரு பத்திரிகை வந்தது, தெரியுமா?’ என்று (கற்பனையாகக்) கேட்டுவிட்டால் போச்சு, ஒரே நேரத்தில் அவர் கண்ணில் மகிழ்ச்சியும் வருத்தமும் தென்படும். ‘அட, நாம் சேகரிக்க ஒரு புதுப்பத்திரிகை’ என்று மகிழ்வார், ‘அடடா, இந்தப் பத்திரிகை என்னுடைய சேகரிப்பில் இல்லையே’ என்று வருந்துவார்.

அதேபோல், விதவிதமான மலர்களைச் சேகரிக்கும் ஒருவர் அம்மலர்களை ஒரு கண்காட்சியாக வைக்கிறார். அதற்குப் பலர் வந்துசெல்கிறார்கள். அவர்களுடைய பாராட்டுகளையும், ‘இப்படியெல்லாம் ஒரு பூ இருக்கா? கேள்விப்பட்டதே இல்லை சார்!’ என்று அவர்கள் வியப்பதையும் மகிழ்வோடு பார்க்கிறார் அவர்.

பின்னர் மலர்களைப்பற்றி ஆய்வுசெய்கிறவர்கள் அவரைத் தேடி வருகிறார்கள், தங்களுடைய தேவையைச்சொல்லி அவரிடம் பதில் பெறுகிறார்கள். ‘இந்தத் துறையில் இவர் பெரிய ஆள், எந்தக் கேள்வியென்றாலும் இவரைக் கேட்கலாம்’ என்று வியப்போடு பார்க்கிறார்கள்.

ஆக, விதவிதமான பொருள்களைச் சேகரிப்பதென்பது வெறும் பொழுதுபோக்கு மட்டுமல்ல, அது ஒருவருடைய அடையாளமாக, அவரது செயல்பாடுகளை, மகிழ்வை, திருப்தியைத் தீர்மானிக்கும் காரணியாக, அவருக்குப் பாராட்டைப் பெற்றுத்தரும் ஒன்றாக மாறக்கூடும்.

ஆனால், அவர்கள் இதையெல்லாம் எதிர்பார்த்துத் தங்களுடைய சேகரிப்பைத் தொடங்குவதில்லை, விளையாட்டாக ஆரம்பிக்கிறார்கள், பின்னர் அது படிப்படியாகத் தானே வளர்ந்துகொள்கிறது.

இப்படித்தான் அயோவாவில் பென் சில்பெர்மன் என்ற சிறுவன், பூச்சிகளையும் தபால்தலைகளையும் சேகரிக்கத்தொடங்கினான். தான் சேகரித்தவற்றையெல்லாம் ஒரு கனமான அட்டையில் குத்திவைத்தான்.

பென்னின் தந்தை, தாய் இருவருமே மருத்துவர்கள்; அவனும் மருத்துவராகவேண்டும் என்ற எண்ணத்துடன்தான் படித்துக்கொண்டிருந்தான்.

ஆனால் ஏனோ, அவனுடைய ஆர்வம் மருத்துவத்துறையில் செல்லவில்லை. தொழில்நுட்பத்தைப்பற்றி நிறைய தெரிந்துத் கொள்ளவேண்டும் என்று விரும்பினான் அவன். அதற்காக, கூகுளில் வேலைக்குச் சேர்ந்தான்.

'அடடே, கூகுளா?' என்று நினைக்கவேண்டாம். கூகுளில் பென் எந்தப் புரட்சியையும் செய்துவிடவில்லை. அங்கே அவருக்குத் தரப்பட்டிருந்த வேலை: வாடிக்கையாளர்களின் தொலைபேசி அழைப்புகளுக்குப் பதிலளிப்பது.

ஆமாம், கால் சென்டர் வேலைதான். ஆனால், பென் அதை இழிவாகக் கருதவில்லை. என்ன இருந்தாலும் கூகுள் வேலையல்லவா!

அத்துடன், பலவிதமான வாடிக்கையாளர்களுடன் தினந்தோறும் பேசுகிற அனுபவம் அவருக்குப் பிடித்திருந்தது. இந்த அனுபவம், பின்னர் அவர் சொந்தத் தொழில் தொடங்கியபோது நன்கு உதவியது.

சொந்தத் தொழிலா? கூகுளில் வேலை இருக்கும்போது எதற்கு அதெல்லாம்?

'கைநிறையச் சம்பளம்' என்கிற விஷயம் தரும் பாதுகாப்புணர்வைப் பல சமூகங்கள் முக்கியமாகக் கருதுகின்றன; ஆனால் வேறு சில சமூகங்கள், அதிலிருந்து வெளியே வந்து, நாம் சிலருக்குச் சம்பளம் தருகிறவர்களாக வரவேண்டும் என்கிற எண்ணத்தை ஊக்குவிக்கின்றன.

கூகுள் இதில் இரண்டாவது வகை. இங்கே வேலைசெய்துவிட்டு வெளியே வந்த பலர், சொந்தத் தொழில் தொடங்கி முன்னேறியிருக்கிறார்கள், அல்லது, இழுத்துமூடிவிட்டு மறுபடியும் சம்பளவேலைக்குச் சென்றிருக்கிறார்கள்.

இங்கே வெற்றி, தோல்விகூட இரண்டாம்பட்சம்தான்.

முயன்றுபார்க்கவேண்டும் என்கிற துணிச்சல் இருக்கவேண்டும், எதை முயன்றுபார்ப்பது என்கிற தெளிவு இருக்கவேண்டும், அதன்பிறகு, ஆடிப்பார்த்துவிடலாம்.

பென்னுக்கு கூகுள் மிகவும் பிடித்திருந்தது. தன்னைச்சுற்றிப் புத்திசாலிகள் எந்நேரமும் ஆர்வத்துடன் எதையேனும் செய்துகொண்டிருக்கிறார்கள், உலகை மாற்றிக்கொண்டிருக்கிறார்கள் என்பதை வியப்போடு பார்த்தார், தன்னாலும் அவ்வாறு செய்ய இயலும் என்கிற நம்பிக்கை அவருக்கு வந்தது.

ஆனால், கூகுளில் அவர் பார்த்த வேலை சாதாரணமானது, அங்கே அவரால் எதையும் பெரிதாகச் செய்துவிடமுடியாது. ஆகவே, அவர் அங்கிருந்து வெளியேறத் தீர்மானித்தார். தன்னுடைய வேலையை ராஜினாமா செய்துவிட்டார்.

அடுத்து என்ன செய்வது?

அதுதான் தெரியவில்லை. சிலநாள் பொறுமையாக ஏதேதோ முயன்றுபார்த்தார். பால் ஸ்கியாரா என்ற நண்பருடன் இணைந்து சில இணையதளங்கள், மொபைல் அப்ளிகேஷன்களை உருவாக்கினார், ஒன்றும் சரிப்படவில்லை.

அந்த நேரத்தில் அவர் இணையத்தைக் கூர்ந்து கவனித்துக்கொண்டிருந்தார். அங்கே இல்லாத ஒரு விஷயத்தைத் தான் உருவாக்கினால் அது வெற்றியடையும் என்று நம்பினார்.

அப்போதுதான், அவருடைய இளவயதுச் சேகரிப்புப் பழக்கம் அவரது நினைவுக்கு வந்தது. 'இப்படியொன்று இணையத்தில் இல்லையே!'

எடுத்துக்காட்டாக, ஒருவர் தபால்தலைகளைச் சேகரிக்கிறார் என்று வைத்துக்கொள்வோம். அவர் இணையத்தில் ஏதோ படித்துக்கொண்டிருக்கும்போது, ஒரு புதிய தபால்தலையைப் பார்க்கிறார், அது அவருடைய சேகரிப்பில் இல்லை. அந்த நேரத்தில் அவர் சட்டென்று அந்தத் தபால்தலையைத் தன் சேகரிப்பில் இணைக்க விரும்புவார்.

இப்படிக் கொஞ்சம்கொஞ்சமாகச் சேகரித்த தபால்தலைகளையெல்லாம் அவர் பிறரிடம் பெருமையுடன் காண்பிக்க விரும்புவார். இதேபோன்ற ஆர்வம் கொண்ட மற்றவர்களுடன் உரையாட விரும்புவார், அவர்களுடைய சேகரிப்புகளைப் பார்க்க விரும்புவார், தன்னிடம் இல்லாத தபால்தலைகள் அவர்களிடம் இருந்தால், அவற்றைச் சேகரிக்க விரும்புவார், அவர்களிடம் இல்லாத தபால்தலைகளைப் பகிர்ந்துகொள்ள விரும்புவார்... இதற்கெல்லாம் ஓர் இணையதளம் அன்றைக்கு இல்லை. தான் அதை உருவாக்கலாமே என்றெண்ணினார் பென்.

'இதற்கெல்லாம் ஓர் இணையதளம் தேவையா?' என்றுதானே யோசிக்கிறீர்கள்? ஆரம்பத்தில் பலரும் அப்படித்தான் நினைத்தார்கள். குறிப்பாக, முதலீட்டாளர்கள் 'இதெல்லாம் சரிப்படாது' என்று ஒதுங்கிச்சென்றார்கள்.

ஆனால், பென் நம்பிக்கை இழக்கவில்லை. பால் ஸ்கியாரா, எவான் ஷார்ப் ஆகியோருடன் இணைந்து *Pinterest* என்ற பெயரில் அந்த இணையத்தளத்தை உருவாக்கினார். மூவரும் அதனை மக்களிடம் கொண்டுசெல்லும் முயற்சிகளில் இறங்கினார்கள்.

முன்பு கூகுளில் பணியாற்றியபோது பலவிதமான வாடிக்கையாளர்களிடம் பேசிய அனுபவத்தைப் பெற்றிருந்த பென், இப்போது பின்ட்ரெஸ்ட் இணையத்தளத்தைப் பிரபலமாக்குவதற்கும் அதே வழிமுறையைப் பயன்படுத்தத் தீர்மானித்தார். அதாவது, வாடிக்கையாளர்களை நேரடியாக அணுகுவது, தங்கள் தளத்தின் பயன்பாட்டைப்பற்றிச்சொல்வது, அவர்களுடைய நம்பிக்கையைப் பெறுவது, அதன்மூலம் இணையதளத்தையும் மேம்படுத்தலாம், அவர்களுடைய நண்பர்களையும் எளிதில் சென்றடையலாம்.

இதற்காக, சுமார் ஐந்தாயிரம் பேரிடம் நேரடியாகப் பேசினார் பென். அவர்களிடம் தன்னுடைய மொபைல் எண்ணைக் கொடுத்து அழைக்கச்சொன்னார். அவர்கள் இத்தளத்தை எப்படிப் பயன்படுத்துகிறார்கள், இன்னும் என்ன

எதிர்பார்க்கிறார்கள் என்று அறிந்துகொண்டார், அதன்மூலம், தாங்கள் சரியான திசையில்தான் சென்றுகொண்டிருக்கிறோம் என உறுதியானார்.

பின்ட்ரெஸ்ட் தளம் அடிப்படையில் மிக எளிமையானது: உங்களுக்குப் பிடித்த படங்களை சேகரிக்கலாம், அவற்றைத் தனித்தனித் தலைப்புகளில் தொகுத்துவைக்கலாம், அவற்றைப் பிறருடன் பகிர்ந்துகொள்ளலாம், பிறருடைய சேகரிப்புகளைப் பின்பற்றலாம், அதாவது, அவர்கள் புதிய படங்களைச் சேகரிக்கையில் அவற்றை உடனுக்குடன் பார்க்கலாம். அவ்வளவுதான்.

மறுபடியும், 'இதற்கு ஓர் இணையதளமா?' என்று தோன்றுகிறதுதானே? பென் தொடர்புகொண்ட பலரும் இப்படிதான் நினைத்தார்கள். பெரும்பாலானோர் அவருடைய மின்னஞ்சலில் இருந்த இணைப்பை க்ளிக் செய்யக்கூட இல்லை.

ஆனால், அப்படி க்ளிக் செய்து பின்ட்ரெஸ்ட் இணையதளத்துக்கு வந்தவர்களுக்கு அது மிகவும் பிடித்திருந்தது. பென் எப்படிச் சிந்தித்து அந்த இணையத்தளத்தை உருவாக்கியிருந்தாரோ, அதேபோல் அவர்கள் அதனைப் பயன்படுத்தினார்கள்.

காரணம், நம் எல்லாருக்குள்ளும் 'சேகரிக்கிற' ஆசை இருக்கிறது. நிஜமாகப் பொருள்களைச் சேகரித்து ஒட்டிவைப்பதற்குப் பதிலாக, இணையத்தில் படங்களைத் தொகுக்கிறோம், அவ்வளவுதான் வித்தியாசம். மற்றபடி சேகரித்தல், பிறரிடம் காண்பித்துப் பெருமைப்படுதல், பகிர்ந்துகொள்ளுதல் ஆகிய விருப்பங்கள் எல்லாருக்கும் உண்டு.

பின்ட்ரெஸ்ட் இதனைக் கச்சிதமாகப் பயன்படுத்திக்கொண்டது. ஓர் எளிய வடிவமைப்பில் சேகரிப்புகளை அழகாகக் காண்பித்துப் பயனாளர்களைக் கவர்ந்தார்கள். அவர்களும் அங்கே லட்சக்கணக்கில் படங்களைத் தொகுக்கத்தொடங்கினார்கள்.

இன்றைக்கு, பின்ட்ரெஸ்ட் உலகின் மிகப்பெரிய படச்சேகரிப்பாகத் திகழ்கிறது. வீடுகட்டுகிறவர்கள் 'எப்படி ஜன்னல் வைக்கலாம்?' என்று யோசித்தாலும் சரி,

திருமணம் செய்துகொள்கிறவர்கள், 'அழைப்பிதழை எப்படி வடிவமைக்கலாம்?' என்று யோசித்தாலும் சரி... பின்ட்ரெஸ்டில் வந்து தேடினால் ஆயிரக்கணக்கில் படங்களைப் பார்க்கலாம், இவை அனைத்தும், உலகெங்கும் உள்ள பின்ட்ரெஸ்ட் உறுப்பினர்கள் சேகரித்தவை.

இப்படிச் சேகரிக்கிறவர்களுக்கு ஏராளமான ரசிகர்கள் கிடைக்கிறார்கள், இவர்களுடைய சேகரிப்புகளை ரசித்துப் பாராட்டி ஊக்குவிக்கிறார்கள். காசு கொடுத்து வாங்குகிறார்கள்.

கணினியில்மட்டுமின்றி செல்போன் வழியேயும் சேகரிக்கிற வசதிகள் வந்ததால், இன்னும் அதிகப்பேர் பின்ட்ரெஸ்டை ஆர்வத்துடன் பயன்படுத்தத் தொடங்கினார்கள். பல்வேறு தலைப்புகளில் விதவிதமான படங்கள் சேகரிக்கப்பட்டன. பொதுமக்கள் தொடங்கிப் பிரபலங்கள், பெரிய நிறுவனங்கள்வரை எல்லாரும் பின்ட்ரெஸ்டில் நுழைந்துகொண்டிருக்கிறார்கள்.

இந்த ரசிகர்களைப் பார்த்துதான் முதலீட்டாளர்கள் விழித்துக்கொண்டார்கள். ஆரம்பத்தில் 'இதெல்லாம் சரிப்படாது' என்று ஒதுக்கப்பட்ட பின்ட்ரெஸ்டின் சந்தைமதிப்பு படிப்படியாக அதிகரித்தது. அதற்கேற்ப பின்ட்ரெஸ்ட் பயனாளர்களின் எண்ணிக்கையும் பெருகிக்கொண்டிருக்கிறது.

சுருக்கமாகச் சொன்னால், மனிதனின் பழைய 'சேகரிப்பு'ப் பழக்கம், டிஜிட்டல் வடிவில் பின்ட்ரெஸ்ட்க்குப் பெரிய வெற்றியைத் தேடித்தந்துள்ளது.

௯. Coupang

‘க்ளோன் *(Clone)’*

அறிவியலில் மரியாதையுடன் பேசப்படும் இந்தச் சொல், நிறுவனங்களைப் பொறுத்தவரை கொஞ்சம் அவமரியாதையானதுதான்.

திரைப்படங்களில் ஒரு யானைக்கதை வெற்றியடைகிறது என்றால், அதேபோல் ஏழெட்டு யானைப்படங்கள் எடுக்கப்படும். ஜெயிக்கிற குதிரையின்மீது (அதாவது, ஜெயிக்கிற யானையின்மீது) பணம்கட்டிச் சுலபமாகச் சம்பாதித்துவிடுகிற ஆசைதான்!

இத்தனைக்கும், அந்த யானைப்படங்களில் ஐந்தில் ஒன்று தேறினாலே அதிசயம். ஆனாலும், சிந்தித்து ஒரு புதிய யோசனையை உருவாக்குவதைவிட, அடுத்தவருடைய யோசனையை, வெற்றிபெற்ற, நிரூபிக்கப்பட்ட சிந்தனையைப் பயன்படுத்திக்கொள்வது சுலபமல்லவா?

தொழில்துறையிலும் இப்படி தான். ஓர் அமேசான் ஜெயிக்கிறது என்றால், அதே அமெரிக்காவில் அதைப்பார்த்துச் சூடுபோட்டுக்கொள்கிற ‘க்ளோன்’ இணையதளங்கள் ஏராளமாக

முளைக்கும். இவர்களில் மிகச் சிலர்தான் வெற்றிபெறுவார்கள், மற்றவர்கள் கொஞ்சநாள் சமாளித்துவிட்டுக் காணாமல் போய்விடுவார்கள்.

அதேநேரத்தில், அமேசான் (இன்னும்) நுழையாத பிற நாடுகளில், குறிப்பாக, வளரும் சந்தைகளில் அதற்கு இன்னும் பலப்பல க்ளோன்கள் முளைக்கும். இவர்களிலும் ஓரிருவர்தான் வெற்றியடைவார்கள்.

ஆனால் இதெல்லாம், அமேசான் அந்தச் சந்தையில் நுழைகிறவரைக்கும்தான். ஒரிஜினல் வந்துவிட்டபிறகு க்ளோனுக்கு என்ன மரியாதை?

எடுத்துக்காட்டாக, இந்தியாவில் ஃப்ளிப்கார்ட் உள்ளிட்ட பல மின்வணிகத் தளங்கள் தட்டுத்தடுமாறி முன்னேறிக்கொண்டிருந்த நேரம். அவை எல்லாமே ஏதோ ஒருவிதத்தில் 'அமேசான்' இணையதளத்தின் க்ளோன்கள்தாம்.

பின்னர், அமேசானே இந்தியாவுக்கு வந்தது. அந்த இணையதளங்கள் இனியும் அமேசானின் க்ளோனாக இருக்கமுடியாத நிலைக்குத் தள்ளப்பட்டன. அவை ஏதேனும் ஒரு புதுமையை, வித்தியாசத்தைக் காண்பிக்கவேண்டிய கட்டாயம் உருவானது.

இங்கே அமேசான் என்பது ஓர் உதாரணம்தான். எந்தவொரு தொழில் யோசனையும் இதுபோல 'க்ளோன்' செய்யப்படலாம்.

யோசித்துப்பாருங்கள், சில வருடங்களுக்கு முன்புவரை 'ஆர்கானிக் காய்கறி' என்று ஒரு தனிப்பிரிவு இருந்ததா? சிலர் அதனை அறிமுகப்படுத்தி வெற்றியடைந்ததும், 'நாங்களும் ஆர்கானிக்தான்' என்று வந்து வண்டியில் ஏறியவர்கள் எத்தனைபேர்!

இப்படி நம்மைச்சுற்றிப்பார்த்தால் பலப்பல க்ளோன்கள். ஒவ்வொருவரும் வெவ்வேறு தரத்தில், விலையில் தங்களுடைய பொருள்கள், சேவைகளைத் தந்துகொண்டிருக்கிறார்கள், கௌரவமாகவோ, தட்டுத்தடுமாறியோ முன்னேறிக் கொண்டிருக்கிறார்கள்.

ஒருவிதத்தில் பார்த்தால், 'க்ளோன்' என்பது சோம்பேறிகளின் வேலை. யாரோ போட்டுவைத்த பாதையில் சவுகர்யமாகச் சென்று வருவதைப்போல.

இன்னொரு கோணத்தில் பார்த்தால், இந்த உலகில் புதிய யோசனை என்று ஏதாவது உண்டா? இதற்குமுன் யாரோ கண்டுபிடித்துவிட்டார்கள் என்பதற்காக நாம் அதைச் செய்யக்கூடாது என்று எப்படிச் சொல்லமுடியும்?

இன்றைக்கு செல்போன் விற்பனையில் முதன்மை இடத்தைப் பிடித்திருக்கிற சாம்சங், செல்போனைக் கண்டுபிடிக்கவில்லை. இணையத்தில் தேடல் என்றாலே கூகுள்தான் என்கிற அளவுக்குப் பெயர்பெற்ற கூகுள் நிறுவனத்துக்கு முன்பாகவும் இணையத்தில் தேடல் இயந்திரங்கள் இருந்தன, லட்சக்கணக்கானோர் ராத்திரி பகலாகப் பயன்படுத்திக்கொண்டிருக்கிற ஃபேஸ்புக்குக்கு முன்பாகவே சமூக வலைதளங்கள் இருந்தன... இப்போது பெருவெற்றிபெற்றிருக்கும் இந்நிறுவனங்களை வெறுமனே 'க்ளோன்'கள் என்று சொல்லிவிடமுடியுமா?

சில நிறுவனங்கள், 'க்ளோன்'களாகவே இயங்கத்தொடங்குகின்றன. ஆனால், இந்த விளையாட்டு நெடுநாள் நீடிக்காது என்று புரிந்துகொண்டு, தங்களுக்கென்று ஒரு புதுமையான சேவையை வழங்குகின்றன, அதன்மூலம் அந்தத் துறையில் புகழ்பெற்று வெற்றியடைகின்றன.

எடுத்துக்காட்டாக, ஒரு நடிகர் திரைப்படங்களில் நடிக்க வாய்ப்புத்தேடுகிறார். முதல் படத்தில் ஒரு பெரிய நட்சத்திரத்தைப் பிரதியெடுத்து நடிக்கிறார். அதற்கு ஓரளவு வெற்றி கிடைக்கிறது, அடுத்தடுத்த படங்கள் வருகின்றன. இப்போதும் அவர் அதே பெரிய நட்சத்திரத்தைப் பிரதியெடுத்துக்கொண்டிருந்தால், விரைவில் காணாமல்போய்விடுவார். தனக்கென்று ஒரு பாணியை உருவாக்கிக்கொண்டு தனி அடையாளத்தை ஏற்படுத்திக்கொண்டால், நிலைத்துநிற்பார்.

புதிய நிறுவனங்களுக்கும் அதே கதைதான். சரியான யோசனை கிடைக்காமலோ, கட்டாயத்தாலோ, வேறு காரணங்களாலோ

அவர்கள் இன்னொரு வெற்றிபெற்ற நிறுவனத்தை 'க்ளோன்' செய்யவேண்டிய கட்டாயம் நேர்ந்துவிடுகிறது. அதன்பிறகு, கொஞ்சம் கொஞ்சமாக அதிலிருந்து வெளிவருகிறார்கள், தங்களுக்கான அடையாளத்தைக் கண்டறிந்து வெற்றியடைகிறார்கள்.

இதற்கு ஒரு நல்ல எடுத்துக்காட்டு, *Coupang*.

இந்நிறுவனத்தின் பெயரைக்கூட அதிகப்பேர் கேள்விப்பட்டிருக்க மாட்டார்கள். தென்கொரியாவில் இயங்கிவரும் மின்வணிக நிறுவனம் இது. அமேசானுக்கெல்லாம் தண்ணிகாட்டுமளவு பிரமாதமான சேவை வழங்கி அசத்துகிறார்களாம்.

அதற்காக, *Coupang*ஐ அமேசானின் க்ளோன் என்று நினைத்துவிடவேண்டாம். அப்படிப்பார்த்தால், உலகிலுள்ள அனைத்து மின்வணிக நிறுவனங்களையும் அமேசானின் க்ளோன்களாக அறிவிக்கவேண்டியிருக்கும்.

ஆனால், தொடங்கப்பட்ட புதிதில் *Coupang* ஒரு க்ளோனாகத் தான் இருந்தது. அமேசானின் க்ளோனாக இல்லை, *Groupon* என்கிற இன்னோர் இணையசேவையின் க்ளோனாக.

அதைப்பற்றிப் பார்ப்பதற்கு முன்னால், *Coupang* நிறுவனரைப் பற்றிக் கொஞ்சம் தெரிந்துகொண்டுவிடுவோம்.

போம்சியோக் கிம்: இதுதான் *Coupang* நிறுவனரின் பெயர். செல்லமாக 'போம் கிம்' என்கிறார்கள்.

இவர் பிறந்தது தென்கொரியாவில்தான்; ஆனால், ஏழு வயதிலேயே அங்கிருந்து கிளம்பிவிட்டார். அதன்பிறகு, வளர்ந்தது, படித்தது எல்லாமே அமெரிக்காவில். அவ்வப்போது தென்கொரியாவுக்கு வந்துபோவதோடு சரி.

அமெரிக்காவில் கிம் பிரமாதமாகப் படித்தார். அவர் வழக்கறிஞராக வரவேண்டும் என்று அவருடைய பெற்றோர் விரும்பினார்கள். ஆனால் கிம், ஹார்வர்ட் பல்கலைக்கழகத்தில் படித்துவிட்டுப் பத்திரிகை ஆரம்பிக்கப்போனார், பிறகு அங்கிருந்து இணையசேவை நிறுவனத்தில் வந்து நின்றார்.

நியூ ரிபப்ளிக் என்ற ஊடக நிறுவனத்தில் பயிற்சிபெற்ற கிம், 'தி கரன்ட்' என்ற பெயரில் மாணவர் இதழொன்றைத் தொடங்கிநடத்தினார். பின்னர் அதனை ஒரு பெரிய ஊடக நிறுவனத்துக்கு விற்றுவிட்டார்.

அதன்பிறகு, '02138' என்ற பெயரில் இன்னொரு பத்திரிகையைத் தொடங்கினார் கிம். அது சரியாக வெற்றிபெறவில்லை. அதைத் இழுத்துமூடிவிட்டு, அடுத்து என்ன என்று யோசித்தபோதுதான், தென்கொரியாவில் ஒரு மின்வணிகச்சேவை நிறுவனத்தைத் தொடங்குகிற யோசனை வந்தது.

தொடங்குவதுதான் தொடங்குகிறார், பணம் கொழிக்கிற அமெரிக்காவிலேயே தொடங்கிவிடலாமே. ஏன் தென்கொரியா?

முதல் காரணம், தென்கொரியா ஏற்கெனவே கிம்முக்குப் பழக்கமான நாடு. அவர் பிறந்த நாடு. சொந்த ஊரில் தொழில்தொடங்கி வெற்றியடையவேண்டும் என்ற ஆர்வம் எல்லாருக்குமே இருக்குமல்லவா?

இரண்டாவது காரணம், அந்நாட்டின் மக்கள்தொகை குறைவு. சமீபத்திய மக்கள்தொகைக் கணக்கெடுப்பின்படி அங்கே சுமார் ஐந்து கோடி மக்கள்தான் வாழ்கிறார்கள். நம் தமிழ்நாட்டைவிடக் குறைவு!

அட, அப்படியானால் அங்கே இணையக்கடை ஆரம்பித்து என்ன லாபம் என்று யோசிக்கக்கூடாது. மக்கள்தொகை குறைவாக இருந்தாலும், அந்த மக்கள் தொழில்நுட்பத்தை அறிந்தவர்கள், இணையம், மொபைல் போன்றவை தென்கொரியாவில் அதிவேக வளர்ச்சியை அனுபவித்துக்கொண்டிருந்தன.

ஆனால், அமேசான்போன்ற பெரிய நிறுவனங்கள் இன்னும் தென்கொரியாவுக்கு வந்திருக்கவில்லை. அவர்கள் வேறு சந்தைகளைக் கவனித்துக்கொண்டிருந்தார்கள்.

கிம் இதையெல்லாம் கூட்டிக்கழித்து யோசித்தார், 'இந்தச் சிறிய நாட்டில், தொழில்நுட்பத்தை நன்கு பயன்படுத்திக்கொள்கிற நாட்டில் பொருள்களை விரைவாகக் கொண்டுசேர்ப்பது

எளிதாக இருக்கும், அதன்மூலம் மக்களை அசத்திவிட்டால், அதன்பிறகு நம்மிடமே எல்லாவற்றையும் வாங்குவார்கள்.'

இந்த எண்ணத்துடன் 2010ல் கிம் தன்னுடைய புதிய நிறுவனத்தைத் தொடங்கினார். அதில் முதலீடு செய்தவர்கள் அமெரிக்கர்கள்தான், ஆனால், நிறுவனம் தென்கொரியாவில் செயல்பட்டது. பெயர், *Coupang*.

பெயரைக் கேட்டதும், அந்தத் தளத்தில் அப்போது என்ன இருந்தது என்பது புரிந்துவிடும்: கூப்பன்கள்!

உணவகங்கள், மசாஜ் பார்லர்கள் தொடங்கிப் பல்வேறு தயாரிப்புகள், சேவைகளைச் சலுகை விலையில் பெறுவதற்கான கூப்பன்கள் இந்தத் தளத்தில் கிடைத்தன. அப்போது சர்வதேச அளவில் சிறந்துவிளங்கிய *Groupon* என்ற 'சலுகை'த்தளத்தின் க்ளோன்தான் அது.

புது நிறுவனத்தைத் தொடங்குவதற்காகத் தென்கொரியா வந்த கிம் அதற்கான அலுவலகத்தைத் தேடிக்கொண்டிருந்தார். அப்போது ஒரு புரோக்கர் கிம்மை ஏற இறங்கப்பார்த்து, 'சார், நல்லா இங்கிலீஷ் பேசறீங்களே, உங்களுக்கு எதுக்கு இந்த வேலை? பேசாம ஒரு பெரிய கம்பெனியில நல்ல வேலையாப் பார்த்துக்கிட்டு நிம்மதியா செட்டிலாகவேண்டியதுதானே!' என்றாராம்.

தென்கொரிய மக்கள் அப்படித்தான். அவர்களைப் பொறுத்தவரை, எங்கேயும் வேலைகிடைக்காதவர்கள்தான் சொந்தத்தொழில் தொடங்குவார்கள்.

கிம் அமெரிக்காவில் படித்து, வளர்ந்தவர் என்பதால், இதைப்பற்றிப் பெரிதாகக் கவலைப்படவில்லை. தன்னுடைய நிறுவனத்தை எப்படி வளர்க்கலாம் என்பதைமட்டுமே சிந்தித்துக்கொண்டிருந்தார்.

ஆனால், எல்லா வேலைகளையும் அவரே செய்யமுடியாதல்லவா? *Coupang*க்கான ஊழியர்களைத் தேடத்தொடங்கினார் கிம்.

இங்கேயும், தென்கொரியாவின் கலாசாரம் அவரை முறைத்தது.

புதிய நிறுவனத்தில் வேலைக்குச்சேர்ந்து ரிஸ்க் எடுக்க யாரும் தயாராக இல்லை. எந்தப் பக்கம் திரும்பினாலும் ஏமாற்றம்.

எப்படியோ ஓர் இணையதள வடிவமைப்பாளரைப் பிடித்தார் கிம். 'உங்க ஓய்வுநேரத்துல எங்க இணையதளத்தை வடிவமைச்சுக்கொடுங்க' என்று கேட்டுச் சம்மதிக்கவைத்தார்.

அதன்பிறகு, இணையத்தில் வேலைதேடுவோரையெல்லாம் வடிகட்டத்தொடங்கினார். அதிலிருந்து சில நல்ல நபர்களைப் பிடித்துப்போட்டார்.

ஒருவழியாக, *Coupang* இணையதளம் இயங்கத்தொடங்கியது. சலுகைகளைப் பட்டியலிட்டுவிட்டு, யாராவது வரமாட்டார்களா என்று காத்திருந்தார் கிம்.

அதன்பிறகுதான், நிஜமான தேர்வு தொடங்கியது. அதுவரை தனக்குச் சரி என்று தோன்றியதை *Coupang* இணையதளத்தில் வெளியிட்ட கிம், இப்போது தன் வாடிக்கையாளர்களைக் கவனிக்க ஆரம்பித்தார். அவர்கள் என்ன எதிர்பார்க்கிறார்கள், எதைத் தன் தளத்தில் வாங்க விரும்புகிறார்கள், அதில் அவர்களுக்கு வரக்கூடிய பிரச்சினைகள் என்னென்ன, அவற்றை எப்படிச் சரிசெய்யலாம் என்று யோசித்தார். இதன் அடிப்படையில் *Coupang* தளத்தில் இடம்பெறும் விஷயங்களும், அதுசார்ந்த சேவைகளும் மாற்றியமைக்கப்பட்டன.

குறிப்பாக, இந்த இணையதளத்தில் பொருள்களை வாங்குவதே ஒரு நல்ல அனுபவமாக இருக்கவேண்டும், யார் எதை வாங்கினாலும் அதை மிகவிரைவாக அவர்களுக்குக் கொண்டுசேர்த்துவிடவேண்டும் என்றெல்லாம் கிம் யோசித்தார். மற்றவர்கள் சில நாள்களில் கொடுத்த பொருள்களை இவர் ஓரிரு நாள்களில் கொடுத்தார். வந்துசேர்ந்த பொருளில் ஏதேனும் பிரச்சினை என்றால் உடனடியாக மாற்றித்தந்தார். வாடிக்கையாளர்களை எல்லாவிதத்திலும் மகிழ்ச்சியாக வைத்திருந்தார்.

இப்போது, அவர் இன்னொரு நிறுவனத்தின் க்ளோனாக இயங்கவேண்டியதில்லை. கொஞ்சம்கொஞ்சமாக அதிலிருந்து

வெளியேவந்து, *Coupang*ஐ ஒரு தனித்துவமான நிறுவனமாகக் கட்டமைத்துவிட்டார் கிம்.

அவருடைய முயற்சிகளுக்கெல்லாம், வாடிக்கையாளர்கள் தோள்கொடுத்தார்கள். அவர்களுடைய ஆதரவுடன் *Coupang*ன் சந்தைமதிப்பு அதிவேகமாக உயர்ந்தது.

இப்போது, *Groupon* வகைத் தயாரிப்புகள் *Coupang*ல் ஒரு சிறுபகுதிமட்டுமே. மற்றபடி பெருமளவு கிம் தன்னந்தனியே உருவாக்கியவை.

சுருக்கமாகச்சொன்னால், ஒரு க்ளோன், கதாநாயகனாகிவிட்டான்!

10. Slack

'பிள்ளையார் பிடிக்கப்போய், குரங்காக முடிந்தது' என்று நம்மூரில் ஒரு பழமொழி உண்டு. ஒன்றைச் செய்யநினைத்துத் தொடங்குவோம், அது இன்னொன்றாகச் சென்றுமுடியும். நாம் எதிர்பார்த்தது நடக்காவிட்டாலும், கிடைத்ததை வைத்துத் திருப்தியடைவோம்.

சில நேரங்களில், அப்படி எதிர்பாராமல் கிடைக்கிற விஷயம் நாம் எதிர்பார்த்த விஷயத்தைவிடச் சிறப்பாக அமைந்துவிடுவதுண்டு. 'காற்றுவாங்கப் போனேன், ஒரு கவிதை வாங்கிவந்தேன்' என்று வாலி எழுதியதைப்போல.

அப்படி ஒருமுறையல்ல, இரண்டுமுறை காற்றுவாங்கப் போய்க் கவிதைகளை வாங்கிவந்த ஒருவர் இருக்கிறார். அவர் பெயர் ஸ்டீவர்ட் பட்டர்ஃபீல்ட்.

இந்தப் பெயர் இவருடைய தந்தை, தாய் சூட்டியதல்ல, அவர்கள் வைத்த 'தர்மா' என்ற பெயர் இவருக்குப் பிடிக்கவில்லை. ஆகவே, தானே 'ஸ்டீவர்ட்' என்று பெயர்சூட்டிக்கொண்டார்.

ஸ்டீவர்ட் (அதாவது தர்மா) பிறந்தது ஒரு விநோதமான சூழ்நிலையில். அவருடைய பெற்றோர், நகரவாழ்க்கையின்

பரபரப்பிலிருந்து விலகித் தனியே வாழ்ந்துகொண்டிருந்தார்கள். அங்கே தொலைபேசி இல்லை, மின்சாரம் இல்லை, அட, ஒழுங்கான வீடுகூடக் கிடையாது, மரப்பலகைகளைத் தட்டியமைத்து உருவாக்கிய ஒரு கூண்டுக்குள்தான் வாழ்க்கை.

இப்படிப்பட்ட சூழ்நிலையில் பிறந்த ஒருவர், இரண்டு மிகப்பெரிய தொழில்நுட்ப நிறுவனங்களைத் தொடங்கி நடத்தினார் என்றால், அதிசயம்தான். அவை இரண்டுமே அவர் திட்டமிட்டுத் தொடங்கியவை அல்ல, எதேச்சையாக அமைந்தவை என்பது இன்னும் பெரிய அதிசயம்.

காட்டுக்குள் வாழ்ந்துகொண்டிருந்த ஸ்டீவர்ட்டின் பெற்றோர் நாட்டுக்குத் திரும்பியபிறகு, மகனுக்கு ஒரு கம்ப்யூட்டர் வாங்கித்தந்தார்கள். ஆனால், கல்லூரியில் ஸ்டீவர்ட் விரும்பித் தேர்ந்தெடுத்துப் படித்தது கம்ப்யூட்டர் பாடமல்ல, தத்துவப் பாடம்!

பட்டம் பெற்றபிறகு, ஆராய்ச்சி செய்து 'முனைவ'ராகலாம் என்று ஸ்டீவர்ட் யோசித்துக்கொண்டிருந்தபோதுதான், இணையம் அவரை ஈர்த்தது. கொஞ்சம்கொஞ்சமாக அதற்குள் போய்விட்டார்.

ஆனால், மற்ற பலரைப்போல் ஸ்டீவர்ட் இணையத்தில் வெறுமனே நேரத்தை வீணடிக்கவில்லை. நிறைய கற்றுக்கொண்டார். ஏதாவது புதிதாகச் செய்யலாம் என்று தோன்றியது. சில நண்பர்களுடன் சேர்ந்து ஓர் ஆன்லைன் விளையாட்டை உருவாக்கத்தொடங்கினார். அதன் பெயர், *Game Neverending.*

இந்தப் பெயரைக் கேட்டவுடன் விஷயம் புரிந்திருக்கும். மற்ற விளையாட்டுகளைப்போல் இங்கே நீங்கள் 'ஜெயிக்க' வேண்டியதில்லை. இந்தப் பந்தயத்தில் முதலாவதாக வரவேண்டும், இந்த வில்லனை அழிக்கவேண்டும் என்பதுபோல் 'இலக்கு'கள் இல்லை, தொடர்ந்து மகிழ்ச்சியாக விளையாடிக் கொண்டே இருக்கலாம். விளையாடுவதுதான் வெற்றி, விளையாடுவதுதான் இலக்கே.

நம் வாழ்க்கைகூட அப்படிதானே? தத்துவம் படித்த ஒருவர் இப்படியொரு விளையாட்டை உருவாக்க நினைத்ததில் வியப்பில்லை.

ஆனால், இந்த விளையாட்டை யார் வாங்குவார்கள்? இந்த நிறுவனத்துக்கு எப்படிப் பணம் கிடைக்கும்? ஆரம்பத்தில் ஸ்டீவர்ட் இதைப்பற்றிக் கவலைப்படவில்லை. ஆனால் நாளாக ஆக, பணமில்லாமல் எதுவும் நடக்காது என்பது புரிந்தது.

ஆகவே, இந்த விளையாட்டைக்கொண்டு ஏதாவது ஒருவிதத்தில் பணத்தைப் புரட்டமுடியுமா என்று பார்த்தார்கள். அதிலிருந்த ஒரு குறிப்பிட்ட வசதி மக்களைக் கவரும் என்று தோன்றியது.

இன்றைக்கு நாம் எடுக்கும் புகைப்படங்களை இணையத்தில் ஏற்றி மக்களிடம் பகிர்ந்துகொள்வதற்குப் பல வலைதளங்கள் இருக்கின்றன. ஆனால் அன்றைக்கு, அது மிகப்பெரிய பிரச்சினையாக இருந்தது. இந்தத் தேவையை யாரும் புரிந்துகொள்ளவில்லை, அதற்கேற்ற இணையதளங்களை உருவாக்கவில்லை.

ஸ்டீவர்ட் குழுவினர் உருவாக்கிக்கொண்டிருந்த விளையாட்டில் புகைப்படங்களைப் பகிர்ந்துகொள்ளும் வசதி இருந்தது. அதைமட்டும் தனியே பிரித்தெடுத்து வெளியிட்டால் என்ன? விளையாட வராதவர்கள்கூட, புகைப்படங்களைப் பகிர்ந்துகொள்ள வருவார்களல்லவா? உடனடியாக, அதற்கான ஏற்பாடுகளைத் தொடங்கினார் ஸ்டீவர்ட். *Flickr* என்ற பெயரில் அந்த இணையதளம் வெளியானது.

புகைப்படங்களை மையமாகக்கொண்டு அருமையான சமூக வலைதள வசதிகளுடன் உருவாக்கப்பட்டிருந்த *Flickr*க்கு மக்களிடையே நல்ல வரவேற்பு கிடைத்தது. நாள்தோறும் ஏராளமான புகைப்படங்கள் அங்கே ஏற்றப்பட்டன. அதைப்பார்த்து அசந்துபோன யாஹூ நிறுவனம் அந்த வலைதளத்தை நல்ல காசு கொடுத்து வாங்கிக்கொண்டது. இதனால், ஸ்டீவர்ட் கொஞ்சநாள் யாஹூவில் வேலைசெய்ய வேண்டியிருந்தது. பல்லைக் கடித்துக்கொண்டு நாட்களை ஓட்டிவிட்டு வெளியே வந்தார். மீண்டும் இன்னொரு

விளையாட்டை உருவாக்கத் தொடங்கினார்.

இந்த விளையாட்டின் பெயர், *Glitch*. பெயர் மாறினாலும், முன்புபோல் இதுவும் ஒரு முடிவில்லாத, வெற்றி, தோல்வியில்லாத விளையாட்டுதான். ஆகவே, முன்புபோல் இதுவும் சந்தையில் எடுபடாதோ?

என்ன செய்யலாம்? முன்புபோல் இந்த விளையாட்டுக்குள்ளிருந்தே இந்தப் பிரச்னைக்கு ஏதேனும் ஒரு தீர்வைக் கண்டுபிடிக்கமுடியுமா? *Glitch*ஐ உருவாக்கும்போது ஸ்டீவர்ட் குழுவினர் சந்தித்த மிகப்பெரிய பிரச்னை, வெற்றி, தோல்வி இல்லாத ஒரு விளையாட்டுக்கு மக்களைக் கவர்ந்திழுப்பது எப்படி? இங்கே வந்தபிறகும், அவர்கள் திரும்பிச் சென்றுவிடாதபடி தக்கவைத்துக்கொள்வது எப்படி? இதற்கான பல அம்சங்களை அந்த விளையாட்டில் கவனித்துச் சேர்த்திருந்தார்கள்.

இதனால், ஒருவர் *Glitch*ஐ விளையாட வருகிறார் என்றால், வெல்வது, தோற்பது, பதக்கங்கள், பரிசுகள் என எவற்றையும் எதிர்பார்க்காமல், அந்த விளையாட்டுக்காகவே அதைத் தொடர்ந்து விளையாடுவார். அந்த அளவுக்கு அவரை மகிழ்ச்சியாக வைத்திருக்கும் அம்சங்கள் அதனுள் இருந்தன.

இந்த அம்சங்களையெல்லாம் வைத்துக்கொண்டு வெறுமனே விளையாடத்தான் முடியுமா? அவற்றை உருப்படியான அலுவலக வேலைக்குப் பயன்படுத்தினால் என்ன?

எடுத்துக்காட்டாக, வெளிநாட்டில் நடைபெறும் கிரிக்கெட் போட்டி ஒன்றை ரசிப்பதற்காகத் தினமும் அதிகாலையில் எழுகிறான் ஒரு சிறுவன். கிரிக்கெட் போட்டி நிறைவடைந்தபிறகும், அவனுக்கு ஐந்து மணியானால் விழிப்பு வந்துவிடுகிறது, சும்மாதானே இருக்கிறோம், பாடம் படிக்கலாமே என்று படிக்கிறான், நல்ல மதிப்பெண்களை வாங்குகிறான். விளையாட்டாகக் கற்றுக்கொண்ட பழக்கம் அவனுக்கு நன்மை தருகிறது. ஆனால், இதெல்லாம் கேட்பதற்குதான் நன்றாக இருக்கும். நிஜத்தில் நடக்காதே.

முயன்றுபார்த்துவிடலாம் என்று தீர்மானித்தார் ஸ்டீவர்ட். மக்கள் ஒருவரோடொருவர் பேசிப் பழகியபடி, விஷயங்களைப் பகிர்ந்தபடி விளையாட்டாக, கலகலப்பாக, களைப்புத்தெரியாமல் வேலை செய்ய உதவும் ஒரு மென்பொருளை உருவாக்கத் தொடங்கினார்.

ஆங்கிலத்தில் இதனை *Team Collaboration* என்பார்கள். அதாவது, ஒரு குழுவில் இருக்கும் எல்லாரும் ஒருவரோடொருவர் இணைந்து வேலைசெய்தல்.

எடுத்துக்காட்டாக, ஓர் அலுவலகத்தில் பணிபுரியும் ஒருவர் ஓர் அறிக்கையை உருவாக்குகிறார். அதற்குத் தேவையான விஷயங்கள் நான்கு வெவ்வேறு நபர்களிடமிருந்து வருகின்றன, இந்த விஷயங்களைக்கொண்டு உருவான அறிக்கையை ஒருவர் சரிபார்க்கிறார், இன்னொருவர் அதனை வாடிக்கையாளருக்கு அனுப்பிவைக்கிறார்... இந்த எட்டுப் பேரும் சேர்ந்து இந்த வேலையை எப்படிச் செய்வார்கள்?

வேறெப்படி? மின்னஞ்சல்களால்தான்!

★ முதல் நபர் 'எனக்கு இந்த விவரங்கள் தேவை' என்று நான்கு பேருக்கு மின்னஞ்சல் அனுப்புவார்

★ அந்த நான்கு பேரில் இரண்டு பேர், 'ஒண்ணுமே புரியலை, கொஞ்சம் விளக்கமுடியுமா?' என்று பதில் அனுப்புவார்கள்

★ அவர்களுக்கு விளக்கம் தந்து இவர் இன்னொரு மின்னஞ்சல் அனுப்புவார்

★ இப்படி ஏழெட்டு மின்னஞ்சல்கள் ஓடியபிறகு நான்கு பேரிடமிருந்து விவரங்கள் வந்துசேரும்

★ அந்த விவரங்களில் உள்ள சந்தேகங்களை மின்னஞ்சலில் கேட்டுத் தெளிவுபெறுவார்கள்

★ அவர் அறிக்கையைத் தயார்செய்து, அதைச் சரிபார்ப்பவருக்கு மின்னஞ்சலில் அனுப்புவார்

★ சரிபார்ப்பவர் அதைத் திருத்தி இன்னொருவருக்கு மின்னஞ்சலில் அனுப்புவார்

★ நிறைவாக, அந்த அறிக்கை இன்னொரு மின்னஞ்சலில் வாடிக்கையாளரைச் சென்றடையும்

இப்போது, எத்தனை மின்னஞ்சல்கள், எத்தனை ஆவண வடிவங்கள்(*Versions*), இதற்கெல்லாம் எவ்வளவு நேரமாகும் என்று கணக்குப்போட்டுப்பாருங்கள். நடுவில் ஏதாவது தப்பாகிவிட்டால்? யாராவது ஒருவர் மின்னஞ்சலைக் கவனிக்காமல் அழித்துவிட்டால்? போன மாதம் இப்படிக் கஷ்டப்பட்டுத் தயாரித்த அறிக்கையை இந்த மாதம் எங்கே தேடுவது? இதனிடையே, அறிக்கையைத் தயாரித்தவர் வேறு நிறுவனத்துக்குச் சென்றுவிட்டால் என்ன ஆகும்?

ஓர் அறிக்கைக்கே இப்படியென்றால் வருடம்முழுக்கப் பல்லாயிரம் பேர் பல விஷயங்களுக்காகச் சேர்ந்து வேலைசெய்யவேண்டிய நிறுவனங்களில் எத்தனை மின்னஞ்சல்கள், ஆவணங்கள் சுற்றிக்கொண்டிருக்கும், அதில் என்னென்ன பிழைகளெல்லாம் நேரக்கூடும், அவற்றைக் கவனித்து, பதிலனுப்பி, பிழைகளைத் திருத்தி, சரியான ஆவணங்களைத் தேடியெடுத்து... இதிலெல்லாம் ஊழியர்களின் செயல்திறன் எந்த அளவு வீணாகும் என்று யோசியுங்கள்.

இந்தப் பிரச்சினையைத்தான் ஸ்டீவர்ட் உருவாக்கிய *Slack* தீர்த்துவைத்தது. தனது புதுமையான அணுகுமுறையின்மூலம் உரையாடலை எளிதாக்கியது, ஏராளமான மின்னஞ்சல்களைக் குறைத்து, பகிர்ந்துகொள்ளுதலை எளிமையாக்கி, முக்கியமாக, இவை அனைத்தையும் விளையாட்டான விஷயங்களாக்கியது, மக்கள் இதை ஒரு வேலையாக நினைக்காமல், விளையாட்டாக விரும்பிச் செய்யும்படி மாற்றியது.

அது சரி, ஆனால், மக்கள் இதை விரும்புவார்களா? ரசித்துப் பின்பற்றுவார்களா?

Slack இதனைப் பரிசோதித்துப்பார்த்துவிடத் தீர்மானித்தது. பொதுமக்களிடம் செல்லுமுன், தனக்கு நன்றாகத் தெரிந்த சில நிறுவனங்களிடம் பேசினார் ஸ்டீவர்ட், 'உங்கள் ஊழியர்களை இந்த மென்பொருளை உபயோகிக்கச்சொல்லுங்கள்.

அதிலிருக்கும் நல்லவை, கெட்டவற்றை எங்களுக்குத் தெரிவிக்கச்சொல்லுங்கள்' என்றார்.

இப்படி ஒரு சிறிய வட்டத்தில் Slackஐ முயன்றுபார்த்தபோது, பல பிரச்சினைகள் தெரியவந்தன. அவற்றை ஒவ்வொன்றாகக் களைந்து, மக்கள் விரும்பும் கூடுதல் வசதிகளைச் சேர்த்து மெருகேற்றினார்கள். அதன்பிறகு, பொதுமக்களிடம் சென்றார்கள்.

அப்போதும், எல்லாருக்கும் Slackஐ அள்ளிக்கொடுத்துவிடவில்லை. முதலில் சிறிய நிறுவனங்களைமட்டும் உள்ளே அனுமதித்தார்கள். அவர்கள் சொன்ன கருத்துகளின் அடிப்படையில் மென்பொருளை மேம்படுத்தினார்கள், அதன்பிறகு, இன்னும் கொஞ்சம் பெரிய நிறுவனங்களைச் சந்தித்தார்கள், அங்கிருந்து இன்னும் பெரிய நிறுவனங்கள், இன்னும் பெரிய நிறுவனங்கள் என்று முன்னேறி, எந்த நிறுவனமும் எத்தகைய குழுவும் பயன்படுத்தக்கூடிய ஒரு சிறந்த மென்பொருளாக மாற்றினார்கள்.

இந்த உழைப்புதான் Slackஐ எல்லாருக்கும் பிடித்த மென்பொருளாக்கியது. உண்மையில் அதனை வடிவமைத்தது ஸ்டீவர்ட்டோ அவருடைய குழுவினரோ இல்லை. இப்போது அதனைப் பயன்படுத்திக்கொண்டிருக்கிறவர்கள் தந்த கருத்துகளின் அடிப்படையில்தான் அது உருவாக்கப்பட்டது. ஆகவே, அது எல்லாருக்கும் பயன்படுகிறது, எல்லாருக்கும் பிடித்திருக்கிறது.

கடந்த சில ஆண்டுகளில் Slackபோல் அதிரடி வெற்றியடைந்த பிஸினஸ் மென்பொருள் வேறேதுமில்லை. வாடிக்கையாளர்களைப் புரிந்துகொண்டு அவர்களுக்கேற்ற மாற்றங்களைச் செய்துகொடுத்து, நிரலெழுதுவோருடன் நட்பாக நடந்துகொண்டு, பிற மென்பொருள்களுடன் பல இணைப்புகளைச் சேர்த்து நாளுக்கு நாள் சிறப்பாகிக்கொண்டிருக்கிறது Slack. நாள்தோறும் ஆயிரக்கணக்கானோர் அதில் விளையாட்டுப்போல் வேலைசெய்துகொண்டிருக்கிறார்கள்!

11. VICE

ஒரு சிறிய பரிசோதனை.

உங்கள்முன்னே நான்கு கதைகள் உள்ளன. ஆனால், அவற்றை எழுதியவர்களுடைய பெயர்கள் குறிப்பிடப்படவில்லை.

இந்த நான்கில் ஒரு கதை, உங்கள் அபிமான எழுத்தாளர் எழுதியது. மற்ற மூன்றும் வேறு யாரோ எழுதியவை.

இப்போது, நீங்கள் இந்த நான்கு கதைகளையும் படித்துப்பார்க்கவேண்டும், அவற்றுள் உங்கள் அபிமான எழுத்தாளர் எழுதிய கதை எது என்று கண்டுபிடிக்கவேண்டும்.

ஏற்கெனவே படித்த ஞாபகத்தை வைத்துக் கண்டுபிடித்துவிடலாம் என்று நினைக்காதீர்கள். அது சாத்தியமில்லை. காரணம், உங்கள் அபிமான எழுத்தாளருடைய புதிய கதை இது. நீங்கள் இன்னும் இந்தக் கதையைப் படிக்கவில்லை.

ஆகவே, இப்போது உங்களுக்கு நினைவாற்றல் உதவாது. அந்த அபிமான எழுத்தாளருடைய பாணியைக் கண்டுபிடிக்கும் திறன்தான் உதவும்.

அதாவது, உங்கள் அபிமான எழுத்தாளருக்கென்று ஒரு தனித்துவமான பாணி இருந்தால், இந்த நான்கில் ஒரு கதையில்

அந்தப் பாணி வெளிப்படும், நீங்கள் சட்டென்று அதைக் கண்டுபிடித்துவிடுவீர்கள். ஒருவேளை அவருக்கு அப்படி எந்தப் பாணியும் இல்லை, அவர் எல்லாரையும்போல் எழுதுகிறவர் என்றால், இவற்றில் எது அவருடைய கதை என்று நீங்கள் கண்டுபிடிப்பது சிரமம். குத்துமதிப்பாக ஏதேனும் ஒன்றைச் சொல்லலாம். அதிர்ஷ்டவசமாக அது சரியாக அமைந்தால்தான் உண்டு.

ஆனால், இந்த விஷயத்தில் பெரும்பாலானோர் தவறுசெய்யமாட்டார்கள். தங்களுடைய அபிமான எழுத்தாளரின் கதையைத் துல்லியமாகவே கண்டுபிடித்துவிடுவார்கள்.

இதற்கு என்ன காரணம், எதைவைத்து இது அவருடைய கதை என்று சொல்கிறீர்கள் என்றெல்லாம் விசாரித்தால், அவர்களுக்கு விளக்கம் சொல்லத்தெரியாது. 'இது அவரோட கதைன்னு தோணுது' என்பார்கள், அவ்வளவுதான்.

உண்மையில் அவர்கள் இவ்வாறு கண்டுபிடிக்கக் காரணம், அவர்களுடைய தனித்திறமை இல்லை. சம்பந்தப்பட்ட எழுத்தாளரின் தனித்திறமை, அதாவது, அந்த எழுத்தாளர் கூட்டத்திலிருந்து தன்னைத் தனியே அடையாளம் காட்டிக்கொள்ளும் திறமைதான் இதற்குக் காரணமாகிறது. அவர் அவ்வாறு தனித்துக்காட்டிக்கொண்டதால்தான் அவருடைய எழுத்தை இவர்கள் ரசிக்கிறார்கள்.

தனிப்பட்ட எழுத்தாளர்களின் நிலைமை இப்படியிருக்க, ஊடகங்கள் இதற்கு நேரெதிரான ஒரு திசையில் சென்றுகொண்டிருப்பதாகத் தோன்றுகிறது. அதாவது, தனித்துக்காட்டிக்கொள்ளாவிட்டால்தான் மக்கள் ரசிப்பார்கள் என்கிற மனோபாவம் அதிகரித்திருக்கிறது.

'இன்றைய பத்திரிகைகளின் அட்டையைக் கிழித்துவிட்டால் எதையும் யாருக்கும் அடையாளம் தெரியாது' என்பார்கள். செய்தித்தாள்கள், தொலைக்காட்சி சானல்கள், இணையதளங்கள் என அனைத்திலும் அதே கதைதான். தங்களுடைய அடையாளமாக அவர்கள் காட்டிக்கொள்ளும்

வணிகச்சின்னம் போன்ற விஷயங்களை மறைத்துவிட்டால், அவர்களைத் தனித்துக் கண்டறிய இயலாது. கிட்டத்தட்ட எல்லா ஊடகங்களும் ஒரேமாதிரிதான் இயங்குகின்றன.

இதனால், இன்றைக்கு யாரேனும் ஊடகத்துறையில் நுழைந்து ஒரு புதிய பத்திரிகையை உருவாக்க விரும்பினால், ஏற்கெனவே பலரும் பின்பற்றிக்கொண்டிருக்கிற அதே பாணியைத்தான் அவர்களும் பின்பற்றவேண்டியிருக்கிறது. ஒருவேளை மாற்றிச்செய்தால் மக்கள் தங்களை ஏற்றுக்கொள்ளமாட்டார்களோ என்று அவர்கள் தயங்குகிறார்கள்.

இது ஒரு மிக மோசமான சுழல். யாரைப்பார்த்து யார் செய்கிறார்கள் என்றே தெரியாதபடி எல்லாரும் எல்லாரையும் பார்த்து ஒரேமாதிரியான ஊடகச்சூழலை உருவாக்கிக் கொண்டிருக்கிறார்கள்.

எழுத்தாளர்கள் இப்படிச்செய்தால் என்ன ஆகும் என்று யோசித்துப்பாருங்கள். எல்லாரும் ஒரேமாதிரி பாத்திரங்கள், ஒரேமாதிரி கதைப்பின்னணி, ஒரேமாதிரி திருப்பங்களுடன் கதையெழுதத் தொடங்கினால், ஒரு நாளைக்கு ஐம்பது கதைகள் உருவாகிவிடும், ஆனால், அவற்றை யாரும் வாசிக்கமாட்டார்கள், புறக்கணித்துவிட்டுச் சினிமா பார்க்கப் போய்விடுவார்கள்.

அதேபோல், மாறுகிற சமூக எதிர்பார்ப்புகளையும் ஊடகங்கள் புரிந்துகொள்ளவேண்டும். அதற்கேற்பத் தங்களுடைய பாணியை அமைக்கவேண்டும். அப்படிச்செய்யாவிட்டால், ‘இவர்கள் என் மொழியைப் பேசவில்லை, நான் கேட்க விரும்பும் விஷயங்களைப் பேசவில்லை’ என்று ரசிகர்களுக்கு எரிச்சலும் கோபமும் ஏற்படும், மாற்று ஊடகங்களைத் தேடத்தொடங்குவார்கள்.

இன்றைக்கு இந்தியாவில் ஏற்பட்டுக்கொண்டிருக்கின்ற இந்தச் சூழல், சுமார் கால் நூற்றாண்டுகாலத்துக்கு முன்பே மேற்கத்திய நாடுகளில் தொடங்கிவிட்டது. அன்றைய மக்களின் மொழியை அன்றைய ஊடகங்கள் பேசவில்லை, எல்லாம் ஒரேமாதிரி அரைத்த பழைய மாவையே அரைத்துக்கொண்டிருந்தார்கள்.

குறிப்பாக, இளைஞர்களின் மாறிவரும் உலகைப் பொது ஊடகங்கள் புரிந்துகொள்ளவில்லை. அவர்களுடைய தர அளவுகோல்களை இவர்கள்மீது திணிக்க முயன்றார்கள். அது எப்படி எடுபடும்?

அந்தச் சூழ்நிலையில், இளைஞர்களைப் புரிந்துகொண்டு, அவர்கள் விரும்பும் விதத்தில், அவர்களுக்கு நெருக்கமான மொழியில், அவர்களுக்கான பொழுதுபோக்கை வழங்கியது *Voice of Montreal* என்ற ஒரு பத்திரிகை. மற்றவர்கள் மத்தியில் இவர்கள் வித்தியாசமாகச் செயல்பட்டதால், இளைஞர்கள் உடனே கவனித்தார்கள், ஆதரவளித்தார்கள்.

அப்போதும், மற்ற ஊடகங்கள் விழித்துக்கொள்ளவில்லை. சொல்லப்போனால், அவர்கள் இந்தப் பத்திரிகையைக் கண்டுகொள்ளக்கூட இல்லை. ஒருவேளை கவனித்திருந்தாலும், 'இதெல்லாம் ரொம்பநாள் தாங்காது, ஒன்று, இந்தப் பத்திரிகையை இழுத்து மூடிவிடுவார்கள், அல்லது, அவர்களும் விரைவில் எங்கள் பாணிக்கு வந்துவிடுவார்கள்' என்றுதான் சொல்லியிருப்பார்கள்.

ஆங்கிலத்தில் இதனை *'Niche Market'* என்பார்கள். அதாவது, வெகுஜன மக்களுக்காக அல்லாமல், குறைந்த எண்ணிக்கையிலான பேர்களைமட்டும் திருப்திப்படுத்தும் சந்தை. நமக்குப் புரியும்படி ஓர் உதாரணம் சொல்வதென்றால், ரஜினி, கமல், விஜய், அஜித் படங்களெல்லாம் வெகுஜன மக்களுக்காகப் பரபரப்பான கதைகளுடன் எடுக்கப்படுகின்றன; இன்னொருபக்கம், இயல்பான மனிதர்களை, வாழ்க்கையைப் பதிவுசெய்கிற படங்களும் வருகின்றன, அவற்றை அதிகப்பேர் பார்ப்பதில்லை, எனவே, அவற்றை விரும்பிப்பார்க்கிற சிலரைமட்டுமே அந்தப் படங்கள் திருப்திப்படுத்தும். அதுதான் *Niche Market*.

இப்போது ரஜினி, கமல் படங்களை எடுக்கிற இயக்குநர்கள் இந்த *Niche Market* படங்களைப் பார்த்தால் என்ன சொல்வார்கள்?

'அதெல்லாம் சிலபேர்தான் விரும்புவாங்க, தயாரிப்பாளருக்கு

லாபம் கிடைக்காது, நான் அந்தமாதிரி படம் எடுத்தா நல்லாயிருக்காது'... இந்தத் திசையில்தான் அவர்களுடைய சிந்தனைகள் செல்லும்.

ஒருவேளை, இந்த *Niche Market* மெல்ல *Mass Market*ஆக மாறிவிட்டால்? பெரும்பான்மை மக்கள் அதிரடிப் படங்களைவிட இதுபோன்ற படங்களை விரும்பத்தொடங்கிவிட்டால்?

இதுதான் ஊடகத்துறையில் அன்றைக்கு நடந்தது. மக்கள் 'வழக்கமான' ஊடகங்களை வெறுக்கத்தொடங்கினார்கள். தங்களுக்கான விஷயங்களைத் தரும் தனித்துவமான ஊடகங்களைத் தேடினார்கள். அவற்றைக் கொண்டாடினார்கள்.

Voice of Montreal பத்திரிகை வெற்றிபெற்றது அப்படித்தான். 1994ம் ஆண்டில் தொடங்கி, கனடா அரசின் ஆதரவுடன் வெளிவந்த இந்தப் பத்திரிகை, ஆரம்பத்திலிருந்தே மற்றவர்களைப்போலில்லாமல் வித்தியாசமாகச் செயல்பட்டது. இளைஞர்களின் மனத்தை அறிந்து அவர்களுக்கு நெருக்கமான பாணியில் எழுதியது.

அன்றைக்கு அந்தப் பத்திரிகையில் வந்த விஷயங்களைப் பெரிய பத்திரிகைகள் ஒருநாளும் வெளியிடமாட்டார்கள். ஒருவேளை அவற்றை வெளியிட்டாலும், இதேபோல் வெளியிடமாட்டார்கள், 'தூய்மைப்படுத்தி'தான் வெளியிடுவார்கள்.

காரணம், ஒரு பத்திரிகையில் எவையெல்லாம் வரவேண்டும், அவை எப்படி வரவேண்டும் என்று அவர்கள் தங்களுக்குள் வரையறுத்துக்கொண்டிருந்த எல்லைகள், இலக்கணங்களையெல்லாம் இந்தப் பத்திரிகை மீறியது. மற்ற பத்திரிகைகள் வெளியிடாத விஷயங்களை வெளியிட்டது, அவர்கள் எழுதாத பாணியில் எழுதியது.

அதனாலேயே, இளைஞர்களுக்கு இப்பத்திரிகையைப் பிடித்துப்போனது. இசை, நவீன பழக்கவழக்கங்கள், கலாசாரம் என அவர்கள் எதைப் பேசினாலும் ஒரு வித்தியாசத்தன்மையுடன் பேசினார்கள். அதுவும் வலியத்திணித்த வித்தியாசத்தன்மை அல்ல, இளைஞர்கள் இப்படித்தான் சிந்திக்கிறார்கள்,

இதைத்தான் வாசிக்க விரும்புகிறார்கள் என்று புரிந்துகொண்டு செயல்படும் உறுதியான பத்திரிகை தர்மம், அல்லது, தொழில் தர்மம், அல்லது, இரண்டும்.

இங்கே 'பத்திரிகை', 'தொழில்' என்ற சொற்களின் கூட்டணி மிகவும் முக்கியம். *Voice of Montreal* பத்திரிகையை நடத்திய ஷேன் ஸ்மித், சுருஷ் அல்வி, கவின் மெக்இன்னீஸ் மூவருமே இதனை வெறும் பத்திரிகையாக நினைக்கவில்லை; வெறும் தொழிலாகவும் நினைக்கவில்லை; இளைஞர்கள் விரும்பக்கூடிய விஷயங்களைத் தரவேண்டும், அதேசமயம், அது வெறும் சேவையாக இருந்துவிடாமல், தொடர்ந்து லாபமும் வரவேண்டும், அதன்மூலம் இந்த ஊடகத்தைத் தொடர்ந்து நடத்தவேண்டும் என்று நினைத்தார்கள்.

பொதுவாக *Niche Market*க்குப் படைப்புகளை உருவாக்குபவர்கள் இப்படிச் சிந்திப்பதில்லை. 'நாம சிலருக்காகமட்டும்தானே இயங்கறோம், அவங்ககிட்டேயிருந்து பெரிய லாபத்தை எதிர்பார்க்கமுடியாது' என்று நினைத்துவிடுவார்கள்.

ஆனால், ஷேன் ஸ்மித் குழுவினர் அப்படி நினைக்கவில்லை. இந்த *Niche Market*தான் நாளைக்கு *Mass Market* ஆகப்போகிறது என்பதை அவர்கள் உணர்ந்திருந்தார்கள். ஆகவே, ஆரம்பத்திலிருந்தே லாபத்தையும் ஒரு குறிக்கோளாகக்கொண்டு இயங்கினார்கள். அதேசமயம், வெறும் லாபத்துக்காக மற்றவர்கள் செல்லுகிற பாதையில் செல்லாமல் வித்தியாசம் காட்டினார்கள்.

இதனால், ஆரம்பத்தில் கனடாவில்மட்டும் வெளியாகிக் கொண்டிருந்த *Voice of Montreal* விரைவில் பிற நாடுகளுக்கும் பரவியது. அதன் பெயரும் *VICE* என மாறியது.

சந்தையும் பெயரும் மாறியபோதும், *VICE* தனது தனித்துவத்தை மாற்றிக்கொள்ளவில்லை. தொடர்ந்து இளைஞர்களுக்குப் பிடித்தமான விஷயங்களையே தந்துகொண்டிருந்தார்கள். தன்மூலம் அவர்களுடைய ஆதரவைப் பெற்று வளர்ந்தார்கள்.

இந்தக் காலகட்டத்தில் *VICE* பல பரிசோதனை முயற்சிகளில் ஈடுபட்டது. அவற்றில் சில, அவர்களுடைய அடித்தளத்தையே

அசைத்துப்பார்ப்பவையாக இருந்தபோதும், அவர்கள் தயங்கவில்லை, எதிர்காலத்தைக் கருத்தில்கொண்டு அந்தப் பரிசோதனைகளையும் மேற்கொண்டார்கள், அதற்குப் பொருந்தும் தொழில்நுட்பங்களைப் பயன்படுத்திக்கொண்டார்கள்.

எடுத்துக்காட்டாக, இளைஞர்கள் வாசிப்பதைவிடப் 'பார்ப்பது' அதிகம் என்பதைப் புரிந்துகொண்டபோது, தங்களுடைய தனித்துவமான பாணியை வீடியோவில் வழங்க முன்வந்தார்கள். அந்த *DVD*கள் கடைகளுக்கு வருவதற்குள் அவற்றின் முக்கியத்துவம் குறைந்துவிடுகிறது என்பதைப் புரிந்துகொண்டபோது, சட்டென்று இணையம்வழியே வீடியோக்களை வழங்கும் பாணிக்குத் தாவினார்கள். இன்றைக்கு இளைஞர்களைக் குறிவைத்து ஆயிரக்கணக்கான இணைய வீடியோ சானல்கள் இயங்கிவருகின்றன என்றால், அனைத்துக்கும் முன்னோடி *VICE*தான்.

ஆரம்பத்திலிருந்தே அவர்கள் தங்களுடைய 'லாபகரமான ஊடகம்' என்ற குறிக்கோளிலிருந்தும் மாறவில்லை. 'இளைஞர்களுக்கேற்ற நிகழ்ச்சிகள்' என்ற கொள்கையையும் விட்டுக்கொடுக்கவில்லை. அச்சு, வீடியோ, இணையம் என ஊடகம் எதுவானாலும், *VICE*ன் பேச்சைக்கேட்கும் ஸ்பான்ஸர்கள்தான் அங்கே நுழையமுடியும், தங்கள் விருப்பத்துக்கு அவர்களை வளைக்கமுடியாது.

இப்படி எத்தனைதான் நிபந்தனை போட்டாலும், அடுத்த பல மாதங்களுக்கு *VICE* ஊடகத்தளங்களில் விளம்பரங்கள் ஹவுஸ்ஃபுல்; காலியிடமே இல்லையாம். அந்த அளவுக்கு அனைத்துப் பெரிய நிறுவனங்களும் அங்கே க்யூவில் நிற்கிறார்கள்.

காரணம், இளைஞர்களின் நாடித்துடிப்பை *VICE* புரிந்துகொண்டுவிட்டது. அதுவும் இப்போதல்ல, இருபத்தைந்து ஆண்டுகளுக்குமுன்பே. அதை இன்னும் தக்கவைத்துக்கொண்டு அடுத்த தலைமுறையையும் ஈர்க்கும்படி தன் ஊடகங்களைத் தனித்துவத்துடன் நடத்திவருவதே அவர்களுடைய வெற்றிக்கு அடிப்படை.

12. DocuSign

மனிதன் எப்போது முதன்முதலாக ஆவணமெழுத ஆரம்பித்திருப்பான்?

எழுத்துகளோடு, ஏன், அதற்குமுன்பாகவே ஆவணங்கள் பிறந்துவிட்டன என்றுகூட வாதிடலாம். ஆதிமனிதனின் குகையோவியங்களை அவனுடைய வரலாற்றுப்பதிவுகளாக, அவன் நினைவில் வைத்துக்கொள்ள விரும்பிய விஷயங்களாகக் கருதலாம்.

அதன்பிறகு, மத விஷயங்கள், சொத்துகளை வாங்கி, விற்றல், அரசர்களின் வெற்றிகள், நன்கொடைகள், புதிய தொடக்கங்கள் என்று பலவும் ஆவணமாக்கப்பட்டன. மனிதன் எழுதுவதற்காகப் பயன்படுத்திய குகைச்சுவர்கள், துணி, தோல், ஓலைச்சுவடி, களிமண் பலகைகள், பாறைகள், காகிதங்கள், கணினி என அனைத்திலும் ஆவணங்கள் எழுதப்பட்டிருக்கின்றன.

ஆனால், கணினி அறிமுகமாகிப் பல ஆண்டுகளுக்குப்பிறகும், முக்கியமான ஆவணங்கள் காகிதத்திலேயே எழுதப்பட்டன, அல்லது, கணினியில் எழுதிக் காகிதத்தில் அச்சிடப்பட்டன. குறிப்பாக, வணிக ஒப்பந்தங்கள், சொத்து விவரங்கள் போன்றவற்றுக்குக் காகிதம்தான் பெரிதும் நம்பப்பட்டது.

காரணம், அந்த ஒப்பந்தத்தின் கீழ்ப்பகுதியிலிருக்கிற கையெழுத்து!

பேனா பிடித்துக் கையெழுத்துப்போடவோ, மையில் விரலை ஒற்றிக் கைநாட்டு வைக்கவோ காகிதம்தானே வசதி? கம்ப்யூட்டரை வைத்துக்கொண்டு என்ன செய்ய?

குப்புசாமிக்கும் கந்தசாமிக்கும் ஓர் ஒப்பந்தம் என்றால், அதை ஒரு காகிதத்தில் எழுதி இருவரும் கையெழுத்திடவேண்டும்; அதன் பிரதிகளை ஆளுக்கொன்றாக வைத்துக்கொள்ளவேண்டும்; இதுதான் நடைமுறை.

நாளைக்கே அந்த ஒப்பந்தத்தில் ஏதேனும் ஒரு பிரச்னை என்றால், அவர்களில் ஒருவர் நீதிமன்றத்துக்குச் செல்லலாம். அவர்கள் அந்தக் காகித ஆவணத்தைப் படித்துப்பார்த்து, அதில் இருக்கும் கையெழுத்துகள் சரியாக உள்ளனவா என்று உறுதிப்படுத்தி, அதன் அடிப்படையில் பிரச்சினையைத் தீர்த்துவைப்பார்கள். இந்தச் சட்ட வசதிக்காகவே ஆவணங்கள் தாளில் எழுதப்பட்டன, கையெழுத்திடப்பட்டன.

ஒப்பந்தம், ஆவணம் என்றவுடன் அது ஏதோ தொழிலதிபர்கள் விஷயம் என்று நினைக்கவேண்டாம். நாம் ஒவ்வொருவரும் பலருடன் ஒப்பந்தங்களைச் செய்துகொள்கிறோம், அதற்காக ஆவணங்களில் கையெழுத்திடுகிறோம்.

அதிகம் வேண்டாம், செல்போனுக்கு சிம் கார்ட் வாங்குவதற்காக ஒரு விண்ணப்பத்தில் கையெழுத்துப் போடுகிறோமல்லவா? அந்த விண்ணப்பம் ஏற்கப்பட்டவுடன், அது ஒரு சட்டபூர்வமான ஒப்பந்தமாகிவிடுகிறது. உங்களுடைய செல்போன் நிறுவனம் அதனைப் பத்திரப்படுத்திவைக்கும்; ஏதாவது சட்டப்பிரச்சினை என்றால் அதை வெளியிலெடுக்கும்.

இப்படி உலகெங்கும் எத்தனை நிறுவனங்கள், எத்தனை தனிநபர்கள், அவர்களிடையே எத்தனைவிதமான ஒப்பந்தங்கள், அவற்றுக்கு எத்தனை தாள்கள் செலவாகும் என்று யோசித்துப்பாருங்கள். இத்துடன் அந்தத் தாள்களைப் பத்திரப்படுத்தி வைப்பதற்கான செலவு வேறு.

அட, செலவு கிடக்கிறது. நேரப்பிரச்னையைச் சொல்லுங்கள். ஆவணத்தை எழுதி, கையெழுத்திட்டு, அனுப்பி, பத்திரப்படுத்தி... இதனால் எல்லா வேலைகளும் தாமதமாகிவிடுகின்றனவே!

என்ன செய்ய? ஆவணங்களின் சட்டப்பாதுகாப்பும் முக்கியமாயிற்றே. ஆவணமில்லாமல், கையெழுத்தில்லாமல் எல்லாரும் இஷ்டப்படி பணியாற்ற ஆரம்பித்தால் குழப்பமல்லவா வரும்.

ஆவணமில்லாமல், கையெழுத்தில்லாமல் வாழச்சொல்லவில்லை. அதற்குக் காகிதமும் பேனாவும் எதற்கு என்றுதான் யோசிக்கிறோம்.

காகிதம், பேனா இல்லாமல் ஆவணம் எப்படி?

பல ஆண்டுகளுக்குமுன்னால் இதைப்பற்றி ஒருவர் சிந்தித்திருக்கிறார். கணினியின் துணைகொண்டு டிஜிட்டல் தொழில்நுட்பத்தில் ஆவணங்களில் கையெழுத்திடுகிற வழியொன்றை உருவாக்கியிருக்கிறார்.

அவர் பெயர், மிர் ஹஜ்மிராகா. இந்தத் தொழில்நுட்பத்துக்காகக் காப்புரிமை பெற்ற அவர், இதனைச் சந்தைப்படுத்துவதற்காக *DocuTouch* என்ற நிறுவனத்தையும் தொடங்கி நடத்தினார்.

1998ல் தொடங்கப்பட்ட *DocuTouch* பெரிய அளவில் வெற்றியடையவில்லை. காரணம், மிர் உருவாக்கிய தொழில்நுட்பம் வலுவாக இருந்தபோதும், அதனை வாடிக்கையாளர்கள் எளிதில் பயன்படுத்துகிற நிலை இல்லை. சந்தையும் இப்படியொரு மாற்றத்துக்குத் தயாராக இல்லை.

சில வருடங்கள் கழித்து, *DocuTouch* தொழில்நுட்பத்தை *NetUpdate* என்ற நிறுவனம் வாங்கிவிட்டது. அவர்களும் அதைப் பெரிதாகப் பயன்படுத்தவில்லை. ஓரமாகப் போட்டுவைத்திருந்தார்கள்.

NetUpdate நிறுவனமும் பெரிய அளவில் வெற்றிபெறவில்லை. ஆனால், அதன் நிறுவனரான டாம் கோன்ஸெருக்கு *DocuTouch* தொழில்நுட்பம் மிகவும் பிடித்துவிட்டது. 'இதைக் கொஞ்சம் சரிசெய்தால் வெற்றி நிச்சயம்' என்று யோசித்தார்.

ஆகவே, 2003ம் ஆண்டு அவர் ஒரு புதிய நிறுவனத்தைத் தொடங்கினார். DocuTouch தொழில்நுட்பங்களைத் தானே வாங்கிக்கொண்டார். DocuSign என்ற பெயரில் ஒரு புதிய சேவையாக அதனை உருவாக்கத்தொடங்கினார்.

அப்போதும், வாடிக்கையாளர்கள் டிஜிட்டல் கையெழுத்துக்குத் தயாராக இல்லை. 'காகிதத்தில் கையெழுத்துப்போட்டு வங்கி லாக்கரில் வைப்பதுதான் பாதுகாப்பு' என்றார்கள்.

டாம் அவசரப்படவில்லை. ஒருபக்கம் அவர்களுக்கு டிஜிட்டல் ஆவணங்கள், கையெழுத்திடலின் நன்மைகளை விளக்கத்தொடங்கினார்; இன்னொருபக்கம், அவர்களுடைய சந்தேகங்கள், குழப்பங்கள், கவலைகளைப் புரிந்துகொண்டு, அதற்கேற்ப DocuSignஐ மேம்படுத்த ஆரம்பித்தார்.

முதலில், DocuSign ஆவணங்களை ஏற்கிற, வழங்குகிற, பாதுகாக்கிற பகுதிகள் வலுப்படுத்தப்பட்டன. எப்பாடுபட்டாலும் அவற்றை யாரும் உடைத்துப் படித்துவிடமுடியாதபடி, நினைத்தாற்போல் மாற்றங்கள் செய்ய இயலாதபடி பத்திரப்படுத்தினார்கள்.

காரணம், டிஜிட்டல் கையெழுத்து என்பது சும்மா காகிதத்துக்குப்பதில் கணினி என்கிற மாற்றமல்ல. பல நிறுவனங்கள் தங்களுடைய முக்கிய ஆவணங்களையெல்லாம் DocuSignஐ நம்பித் தரவேண்டும். கொஞ்சம் அசந்தாலும் அவர்களுடைய தொழிலே காலி.

ஆகவே, அவர்களுக்கு DocuSignமீது நம்பிக்கை வரவேண்டுமென்றால், டிஜிட்டல் ஆவணங்கள், கையெழுத்துகள் ஆகியவற்றைச் சேமிக்கிற தொழில்நுட்பம் மிகப் பாதுகாப்பாக இருக்கவேண்டும். உரிய நபர்களைத்தவிர மற்ற யாரும் அந்த ஆவணங்களைப் பார்க்கமுடியாது என்கிற உறுதியைப் பெறவேண்டும்.

இன்னும் குறிப்பாகச் சொல்வதென்றால், நாளைக்கே DocuSignல் பாதுகாக்கப்பட்டிருக்கும் ஆவணங்களில் ஒரு பிரச்சினை என்று நீதிமன்றம் விசாரித்தால், அந்த ஆவணம் எப்படி, எப்போது, யாரால் உருவாக்கப்பட்டது என்பதில் தொடங்கி

அதன்பிறகு நடந்த ஒவ்வொரு விவரமும் விரல்நுனியில் இருக்கவேண்டும். ஏதாவது தில்லுமுல்லு நடந்தால் அதை உடனே கண்டறிகிற வசதி வேண்டும். அப்போதுதான் இந்த ஆவணங்கள் சட்டப்படி செல்லும். *DocuSign* அடித்தளத்தை வலுவாக்குகிற அதே நேரத்தில், அதன் பயனாளர்பகுதி மிக எளிமையாக்கப்பட்டது. யார்வேண்டுமானாலும் எளிதில் ஆவணங்களை உருவாக்குகிற, கையெழுத்துக்கு அனுப்புகிற, கையெழுத்திடுகிறவண்ணம் இது அமைக்கப்பட்டது.

அதற்குமுன், டிஜிட்டல் கையெழுத்துகள் என்றாலே தலைவலிதான். ஏதேதோ மென்பொருள்களை நிறுவவேண்டும். ஆவணங்களில் டிஜிட்டல் கையெழுத்துகளைச் சேர்ப்பதற்குப் பல சிக்கலான வழிமுறைகளைப் பின்பற்றவேண்டும். அதன்பிறகு, அவற்றைப் பத்திரமாகப் பாதுகாக்கவேண்டும்.

இவை அனைத்தையும் *DocuSign* மாற்றிப்போட்டது. 'நீங்கள் எந்த மென்பொருளையும் நிறுவவேண்டியதில்லை. உங்களுடைய ஆவணத்தில் கையெழுத்திடுகிறவரும் எந்த மென்பொருளையும் நிறுவவேண்டியதில்லை. உங்கள் ஆவணத்தை பத்திரமாகப் பாதுகாக்கத் தனியிடம் தேடவேண்டியதில்லை. எல்லாவற்றையும் நாங்கள் பார்த்துக்கொள்கிறோம்' என்றார்கள்.

அதாவது, உங்களிடம் இணையமும் அதை அணுகுவதற்கான *Browser* மென்பொருளும் இருந்தால் போதும். ஆவணங்களை வலையேற்றலாம், பாதுகாப்பாக அனுப்பலாம், கையெழுத்திடலாம், சரிபார்க்கலாம்.

அன்றைய தேதிக்கு இது ஒரு மிகப்பெரிய புரட்சி. காகிதத்தில் ஆவணங்களை அச்சிட்டு அனுப்பும் முறையைவிட, டிஜிட்டல் கையெழுத்திடல் பலமடங்கு வேகமானது, பாதுகாப்பானது, கூடுதல் வசதிகளை வழங்குவது.

எடுத்துக்காட்டாக, ஒருவர் எரிவாயு இணைப்புப் பெற விரும்புகிறார், அதற்கான விண்ணப்பத்தைப் பேனா கொண்டு பூர்த்தி செய்து கையெழுத்துப்போடுகிறார், அதனை உள்ளூர் எரிவாயு சேவை அலுவலகத்தில் சமர்ப்பிக்கிறார்,

அவர்கள் அதனைத் தங்கள் தலைமையலுவலகத்துக்கு அனுப்பிவைக்கிறார்கள், அங்கே அந்தக் கையெழுத்து உறுதிப்படுத்தப்பட்டு இணைப்பு வருவதற்குச் சில நாள்கள் ஆகிறது.

அதற்குப் பதிலாக, அந்த எரிவாயு சேவை நிறுவனம் டிஜிட்டல் கையெழுத்திடலைப் பயன்படுத்தினால்:

★ எரிவாயு சேவை நிறுவனம் வாடிக்கையாளருக்கு ஒரு டிஜிட்டல் ஆவணத்தை அனுப்பிவைக்கிறது

★ அவர் தன்னுடைய கணினியில் அல்லது செல்போனில் உள்ள மின்னஞ்சலில் அதை க்ளிக் செய்து படிக்கிறார். தேவையான விவரங்களை நிரப்புகிறார்

★ கையெழுத்திடவேண்டிய இடத்தில் க்ளிக் செய்து கையெழுத்திடுகிறார் (அதாவது, தன் பெயரைத் தட்டச்சு செய்கிறார், அல்லது, கணினியின் மவுஸ் / செல்போனின் தொடுதிரையைப் பயன்படுத்தி நிஜமான கையெழுத்தைப் போலவே கையொப்பமிடுகிறார்)

★ மறுகணம், ஆவணம் சேமிக்கப்படுகிறது. இதை இனி யாராலும் மாற்ற இயலாது

★ அடுத்த சில நிமிடங்களில், அவருக்கு எரிவாயு இணைப்பு வழங்கப்படுகிறது

இந்த இரு வழிமுறைகளையும் ஒப்பிட்டுப்பாருங்கள். சில நாள்களில் நடக்கவேண்டிய விஷயம் சில நிமிடங்களில் நடந்துவிடுகிறது. பிழைகள் குறைவு. ஆவணம் டிஜிட்டல்மயமாகி இணையத்தில் பத்திரப்படுத்தப்படுகிறது. அதை உரிய நபர்கள் எப்போது வேண்டுமானாலும் பார்க்கலாம்.

இப்படிப் பலவிதங்களில் *DocuSign*ஐ மெருகேற்றிய டாம் தனது வாடிக்கையாளர்களைச் சந்தித்து இதுபற்றிப் பேசத்தொடங்கினார். டிஜிட்டல்மயமாக்கல் எப்படி அவர்களுடைய நிறுவனத்துக்கு உதவும் என்று விளக்கினார். அவர்களைக் கொஞ்சம்கொஞ்சமாக டிஜிட்டல் ஆவணங்கள்,

கையெழுத்திடலுக்கு மாற்றினார். ஆரம்பத்தில் இதனைக் கொஞ்சம் சந்தேகத்துடனே அணுகிய நிறுவனங்கள், விரைவில் இதன் நன்மைகளைப் புரிந்துகொண்டன. குறிப்பாக, காகித ஆவணங்களுடன் ஒப்பிடும்போது இதிலிருக்கும் கூடுதல் வசதிகளைக் கண்டபிறகு, அவர்களால் ஒருபோதும் பழைய வழிக்குத் திரும்பச்செல்ல இயலவில்லை.

இதனால், *DocuSign* மளமளவென்று வளரத்தொடங்கியது. ஆனால், அவர்கள் அதனால் திருப்தியடைந்து அமர்ந்து விடவில்லை. தொடர்ந்து தங்களுடைய தொழில்நுட்பத்தை மேம்படுத்தினார்கள். பல நாடுகளின் சட்டங்களை வாசித்துப் புரிந்துகொண்டு அதற்கேற்பத் தங்கள் மென்பொருளை வலுவாக்கினார்கள். பல புதுமையான சந்தைப்படுத்துதல் உத்திகளின்மூலம் ஏராளமான தனிநபர்கள், நிறுவனங்களைச் சென்றுசேர்ந்தார்கள்.

இப்படிப் பலவழிகளில் *DocuSign* வளர்ந்து பெருவெற்றியடைந்த போதும் இதனை ஒரு நல்ல தொடக்கம் என்றுமட்டுமே கூற இயலும். இதுவரை அவர்களால் பத்தில் ஓர் ஆவணத்தைக்கூட டிஜிட்டல்மயமாக்க இயலவில்லை. பெரும்பான்மை மக்கள் இன்னும் பழைய வழிகளையே நம்பியிருக்கிறார்கள். அவர்களையெல்லாம் சென்றுசேர்வதுதான் *DocuSign*னின் அடுத்த இலக்கு.

இதற்காக, அவர்கள் பல நிறுவனங்களுடன் இணைந்து பணியாற்றுகிறார்கள். காகிதப் படிவங்களையெல்லாம் இணையத்துக்கு டிஜிட்டல்வடிவில் கொண்டுவருகிறார்கள். அவற்றைக் கையொப்பத்துடன் ஆவணமாக்குகிறார்கள். அந்த ஆவணத்துடன் தொடர்புடைய பிற தொழிற்செயல்முறைகளையும் எளிதில் பயன்படுத்தும்படி இணையத்தில் சேர்க்கிறார்கள். இதன்மூலம் பெரிய நிறுவனங்களைக் கவர்கிறார்கள்.

இதனால், வெறும் டிஜிட்டல் கையெழுத்து என்பதிலிருந்து மாறி, நவீன வணிகப் பரிமாற்றங்களைக் கையாள்கிற சேவையாக *DocuSign* மாறிக்கொண்டிருக்கிறது. இங்கே அவர்கள் வெல்வதற்கு ஒரு மிகப்பெரிய சந்தையே உள்ளது!

13. Wish

இணையக்கடைகளுக்கென்று ஒரு தனி மரபுண்டு.

பார்ப்பதற்குப் பளபளப்பாக இருக்கவேண்டும். உள்ளே நுழைந்தவுடன், நூற்றுக்கணக்கான வகைகளில் லட்சக்கணக்கான பொருட்களைப் பட்டியலிடவேண்டும். அதில் வேண்டியவற்றை எளிதில் தேடி வாங்கும் வசதி இருக்கவேண்டும். நல்ல பிராண்ட் தயாரிப்புகள் இருபது, இருபத்தைந்து சதவிகிதம் தள்ளுபடியில் கிடைக்கவேண்டும். எதை வாங்கினாலும் அடுத்த சில நாட்களுக்குள் அது கைக்கு வந்துவிடவேண்டும். முக்கியமாக, வாங்கிய பொருளின் தரம் பிரமாதமாக இருக்கவேண்டும்.

உலகெங்கும் இயங்கிவருகிற இணையக்கடைகள் எல்லாமே இந்த விதிமுறைகளைத்தான் பின்பற்றிக்கொண்டிருக்கின்றன, அல்லது, பின்பற்ற முயன்றுகொண்டிருக்கின்றன. இவைதான் இணையக்கடைகளை வெற்றிபெறச்செய்யும் அம்சங்கள் என்று பொதுவாக நம்பப்படுகிறது. புதிதாக இணையத்தில் கடை போடுகிற அனைவருமே இவற்றை இலக்காகக்கொண்டு செயல்படுகிறார்கள்.

ஆனால், இந்த விதிமுறைகளில் எவற்றையும் பின்பற்றாமல், சொல்லப்போனால் பலவிதங்களில் இவற்றை மீறிச்சென்று

பெருவெற்றியடைந்த ஓர் இணையக்கடை இருக்கிறது. அதன் பெயர், *Wish*.

'இப்படியொரு கடையை நான் கேள்விப்பட்டதே இல்லையே' என்றீர்களானால், உங்கள் வயது முப்பதைத் தாண்டிவிட்டது என்று பொருள். உலகெங்கும் இளைஞர்கள் ஆர்வத்தோடு சுற்றிவரும் சூப்பர்ஹிட் கடை இது. தொடங்கிச் சில ஆண்டுகளுக்குள் அமேசான்போன்ற பெருந்தலைகளுக்கெல்லாம் சவால்விடும் அளவுக்கு வளர்ந்திருக்கிறது, இன்னும் வளர்ந்துகொண்டிருக்கிறது.

*Wish*ல் அப்படியென்ன விசேஷம்?

இந்த இணையதளத்தில் (அல்லது, மொபைல் அப்ளிகேஷனில்) நுழைந்ததுமே நம்மை ஈர்க்கிற விஷயம், வரிசையாகப் புகைப்படங்களை அடுக்கிவைத்திருக்கிறார்கள். இங்கே ஒரு சட்டை, அங்கே ஒரு பை, இந்தப் பக்கம் ஒரு நகை, அந்தப் பக்கம் ஒரு பொம்மை, கீழே ஒரு துண்டு, அதனருகே கைப்பை... இப்படி ஒரு புகைப்பட ஆல்பம்போல் வரிசையாகப் பொருட்கள். கீழே செல்லச்செல்ல மேலும் மேலும் பொருட்கள் குவிந்துகொண்டே இருக்கின்றன. எத்தனை வண்ணங்கள்! எத்தனை வடிவங்கள்! 'இப்படியெல்லாம் பொருட்கள் இருக்கின்றனவா?' என்று வியப்பூட்டும் புதுச்சரக்குகள்!

இதில் ஆச்சர்யமான விஷயம், இந்தப் பொருட்களின் விலை. சாதாரணமாக ஆயிரம்ரூபாய் விற்கிற பொருள் இங்கே நூறுரூபாய்க்கும் குறைவாகக் கிடைக்கிறது. 80% தள்ளுபடியெல்லாம் சர்வசாதாரணம்.

சரி, இந்தப் பொருளை வாங்கலாம் என்று எதையாவது தேர்ந்தெடுத்து க்ளிக் செய்தால், 'அடுத்த மாசம் எட்டாம் தேதிதான் டெலிவரி தருவோம், பரவாயில்லையா?' என்கிறார்கள்.

என்னது? பொருள் வாங்க ஒரு மாதம் காத்திருக்கவேண்டுமா?

பின்னே? ஆயிரம்ரூபாய்ப் பொருளை எழுபத்தைந்துரூபாய்க்கு வாங்குவதென்றால் சும்மாவா? அந்தப் பொருள் சீனாவின் ஒரு

மூலையிலிருந்து உங்களுக்கு அனுப்பிவைக்கப்படும். அதற்குச் சில வாரங்களாகும். சம்மதமென்றால் வாங்கிக்கொள்ளுங்கள்!

சீனாவிலிருந்து இத்தனை தூரம் வருகிற பொருள் தரமாக இருக்குமா? ஒருவேளை மோசமாக இருந்துவிட்டால்? வரும்வழியில் உடைந்துவிட்டால்?

அது உங்கள் தலைவலி. மலிவான பொருளை வாங்குவதென்றால் அந்த ஆபத்துக்கும் தயாராகத்தான் இருக்கவேண்டும்.

யோசித்துப்பாருங்கள். அமேசானோ, ஃப்ளிப்கார்ட்டோ இப்படிச் சொன்னால் நாம் சும்மா விடுவோமா? அவர்களுடைய சட்டையைப்பிடித்துக் கேள்வி கேட்கமாட்டோமா? 'என் பொருள் உடனே என் கைக்கு வந்தாகணும், அதுவும் தரமா இருந்தாகணும்' என்று பிடிவாதம் பிடிக்கமாட்டோமா?

Wish இதைப்பற்றியெல்லாம் அலட்டிக்கொள்வதே இல்லை. 'உங்க பொருட்கள் பல வாரம் கழிச்சுதான் வரும். தரமும் கொஞ்சம் முன்னேபின்னேதான் இருக்கும். வேணும்ன்னா வாங்கிக்கோங்க' என்று வெளிப்படையாகச் சொல்லிவிடுகிறார்கள்.

சுத்தம், இவர்கள் உருப்பட்டமாதிரிதான். இந்தத் தேறாத நிறுவனத்தைப்பற்றி நாம் ஏன் வாசித்துக்கொண்டிருக்கிறோம்?

காரணம் இருக்கிறது. கடந்த சில ஆண்டுகளில் *Wish*போல் அதிவேகமாக வளர்ந்த இணையக்கடை வேறெதுவும் இல்லை. அமேசானும் மற்ற போட்டியாளர்களும் பல பத்தாண்டுகளாக முனைந்து பெற்ற வளர்ச்சியை அதிவேகமாக எட்டிப்பிடித்துவிட்டுச் சளைக்காமல் ஓடிக்கொண்டிருக்கிறது இந்தக் கடை.

என்ன காரணம்? தரத்தில் சமரசம் செய்துகொள்கிற எந்த நிறுவனமும் சரியாக முன்னேறமுடியாது என்றல்லவா சொல்வார்கள்? அப்புறம் எப்படி *Wish*ஆல் இப்படி வளரமுடிகிறது? என்னதான் விலை மலிவாகக் கிடைத்தாலும், சுமாரான தரத்தில், அதுவும் தாமதமாகக் கிடைக்கும் பொருட்களை மக்கள் ஏன் வாங்குகிறார்கள்?

அங்கேதான் *Wish* புத்திசாலித்தனமாக ஒரு வேலை செய்திருக்கிறது: தன்னுடைய கடையில் எல்லாவிதமான பொருட்களையும் விற்பதில்லை. மக்களுக்கு உடனடியாகத் தேவைப்படாத, அவர்கள் அதிகம் செலவழிக்க விரும்பாத, தரம் கொஞ்சம் முன்னேபின்னே இருந்தாலும் பரவாயில்லை என்று நினைக்கிற பொருட்களைமட்டுமே விற்கிறார்கள். அப்படி நினைக்கிறவர்களுக்கு மட்டுமே விற்கிறார்கள்.

*Wish*ன் பெரும்பாலான வாடிக்கையாளர்கள் இளைஞர்கள். அவர்கள் ஐயாயிரம், பத்தாயிரம் செலவழிப்பதென்றால் யோசிப்பார்கள், நல்ல பொருட்களைத் தேடிப்பிடித்து, பல இடங்களில் விசாரித்து, விலை ஒப்பிட்டுப்பார்த்து வாங்குவார்கள்.

ஆனால், ஒரு சட்டையோ சுரிதாரோ வாங்குவதற்கு அவர்கள் இவ்வளவு மெனக்கெடமாட்டார்கள். அதுவும் 80% தள்ளுபடியில் கிடைக்கிறதென்றால் சட்டென்று வாங்கிப்போட்டுவிடுவார்கள்.

கடைக்குச்சென்று அல்லது மற்ற பிரபல இணையக்கடைகளில் பொருள் வாங்குவதோடு ஒப்பிட்டால், இது ஆபத்தான விஷயம்தான். தரமில்லாத ஆடைகள், கிழிந்த ஆடைகள் வரக்கூடும், அளவு பொருந்தாமல் போகக்கூடும்... ஆனால், இத்தனை பெரிய தள்ளுபடியில் வாங்கும்போது இதுபோன்ற பிரச்சினைகளுக்கும் தயாராகத்தானே இருக்கவேண்டும், காசுக்கேற்ற தோசை என்று அவர்கள் நினைக்கிறார்கள்.

இதே மனோபாவத்தைப் பயன்படுத்தி *Wish* பெரிய பொருட்களையும் விற்கிறது. எடுத்துக்காட்டாக, *Camcorder* எனப்படும் வீடியோ கேமெரா ஒன்றை ஆயிரத்தைந்நூறு ரூபாய்க்குத் தருகிறேன் என்கிறார்கள். வெளியே அதைப்போல் பத்துமடங்கு விற்கும் பொருள் இங்கே சொற்பவிலைக்குக் கிடைக்கிறது என்றால், 'ஒரு முயற்சி செஞ்சுபார்ப்போமே' என்றுதானே பலரும் நினைப்பார்கள்!

ஒருவிதத்தில், தெருவோரக்கடைகளில் பொருள்வாங்கும் நம்முடைய மனோபாவத்தைத்தான் *Wish* பிரதிபலிக்கிறது.

காசை மிச்சப்படுத்தவேண்டும், அதற்காகத் தரத்தில் கொஞ்சம் சமரசம் செய்துகொள்வோம் என்று நினைக்கிறவர்களைக் கவர்ந்திழுக்கிறது.

இங்கே விற்கப்படும் பொருட்கள் எவையும் பெரிய நிறுவனத் தயாரிப்புகள் அல்ல. உலகெங்கும் வெவ்வேறு நாடுகளில், பல சிறு தொழிற்சாலைகளில் இவை தயாராகின்றன. இவற்றை அங்கிருந்தே வாடிக்கையாளர்களுக்கு அனுப்புவதன்மூலம் எல்லா இடைத்தரகர்களையும் தாண்டி *Wish* பணத்தை மிச்சப்படுத்துகிறது. ஆகவே, பெரிய தள்ளுபடியில் பொருட்களை விற்கமுடிகிறது.

அதற்காக, *Wish*ல் கிடைக்கும் எல்லாமே தரமற்ற பொருட்கள் என்று நினைத்துவிடவேண்டாம். இயன்றவரை தரமான பொருட்களையே சேர்க்க முனைகிறார்கள். ஆனால், அதுபற்றி எந்த உத்தரவாதமும் அளிப்பதில்லை. இங்கே தொடர்ந்து பொருள்வாங்கிப் பழகியவர்கள், ‘அவ்வப்போது சொதப்பினாலும், பெரும்பாலும் பிரச்சினையில்லை’ என்கிறார்கள். ‘ஓரளவு தரம், மிகக்குறைவான விலை, அவ்வளவுதான்.’

*Wish*ன் இந்த வியூகத்தைப்பார்த்துப் போட்டியாளர்கள் திகைக்கிறார்கள். அவர்கள் நினைத்தாலும் இந்த அளவுக்குக் கீழே இறங்கமுடியாது. ஆகவே, இந்தச் சந்தையை *Wish* அள்ளிக்கொண்டு போவதை வெறுமனே வேடிக்கை பார்க்கிறார்கள்.

நாளுக்கு நாள் *Wish*ல் பொருட்களை விற்போர், வாங்குவோரின் எண்ணிக்கை அதிகரித்துக்கொண்டிருக்கிறது. ஒருபக்கம், நன்கு செலவழிக்கக்கூடிய நடுத்தர வயதினர்மேல் கவனம் செலுத்தாமல் இளைஞர்களைக் குறிவைத்து ஜெயிக்கிறது *Wish*; இன்னொருபக்கம், பெரிய நிறுவனங்களை நம்பாமல், சிறுதொழில்களை வைத்தே தன்னை ஒரு தனித்துவமான இணையக்கடையாக அமைத்துக்கொண்டுவிட்டது. குறிப்பாக, இன்றைய இளைஞர்களின் மொபைல் பழக்கத்தை *Wish* நன்கு புரிந்துகொண்டுள்ளது. அவர்கள் எதைப்பார்ப்பார்கள்,

எதை எதிர்பார்ப்பார்கள், எதை வாங்குவார்கள், எதை வாங்கமாட்டார்கள் என்று புரிந்துகொண்டு கச்சிதமாகக் காய் நகர்த்துகிறார்கள்.

*Wish*ல் நுழைந்த எல்லாரும் வியப்போடு சொல்லும் விஷயம், 'இங்கே காட்டப்படற பொருளெல்லாம் எனக்குப் பிடிச்சிருக்கே! எனக்குன்னே கடை வைச்சமாதிரி தோணுதே.'

இது எதேச்சையாக நிகழ்வதில்லை. இங்கே வருகிற ஒவ்வொருவரையும் கவனமாக அலசி, அவர்களுக்கு ஏற்ற, அவர்கள் விரும்பி வாங்கக்கூடிய பொருட்களாகப் பார்த்துப்பார்த்துப் பட்டியலிடுகிறது *Wish*. யாரிடம் எதைக்காட்டினால் வாங்குவார்கள் என்று தெரிந்து செயல்படுகிறார்கள். இந்தப் புத்திசாலித்தனமான தொழில்நுட்பம் தான் அவர்களை மற்ற போட்டியாளர்களிலிருந்து முன்னே நகர்த்தியுள்ளது.

*Wish*ஐத் தொடங்கிய பீட்டர் ஸ்ஜுல்க்செவ்ஸ்கி, டேனி ஜங் இருவரும் அதற்குமுன் கூகுள், யாஹூவில் வேலைபார்த்தவர்கள். அங்கே இணையத்தில் மக்கள் தேடும் விதம், தேடுகிற பொருட்கள், அவர்களுக்குக் காட்டப்படும் விளம்பரங்கள் போன்றவற்றைப்பற்றி இவர்கள் நன்கு அறிந்திருந்தார்கள். எப்போது, யாரிடம், எந்த விளம்பரங்களைக் காட்டினால் பலன் இருக்கும் என்று கண்டறியும் நுட்பங்களைப் புரிந்துகொண்டார்கள்.

அதன்பிறகு, இவர்கள் இருவரும் இந்தப் பெரிய நிறுவனங்களிலிருந்து வெளியே வந்து ஒரு புது நிறுவனத்தைத் தொடங்கினார்கள். *ContextLogic* என்ற அந்த நிறுவனத்தின் நோக்கம், இணையத்துக்கு வருகிறவர்களைப் புரிந்துகொண்டு, அவர்களுக்குப் பிடிக்கக்கூடிய, அவர்கள் க்ளிக் செய்யக்கூடிய விளம்பரங்களைக் காட்டுவது.

கிட்டத்தட்ட இதே நேரத்தில்தான் மொபைல்போன்கள் பெரிய அளவில் பிரபலமாகத்தொடங்கியிருந்தன. வருங்காலத்தில் மக்கள் கணினியைவிட மொபைலில்தான் அதிகம் தேடுவார்கள், அதிகம் வாங்குவார்கள் என்று பீட்டர், டேனிக்குத் தோன்றியது.

ஆக, மக்கள் எதைத் தேடுவார்கள், எதை விரும்புவார்கள் என்பதும் தெரியும், எங்கே தேடுவார்கள் என்பதும் தெரியும், இந்த இரண்டையும் இணைத்து ஓர் இணையதளத்தைத் தொடங்கினால் என்ன என்று இவர்கள் யோசித்தார்கள். *Wish* பிறந்தது.

ஆரம்பத்தில் வெறும் புகைப்படத்தொகுப்பாக இருந்த *Wish* விரைவில் ஓர் இணையக்கடையாக ஆனது. மொபைல் தொழில்நுட்பத்தை நன்கு பயன்படுத்திக்கொண்டு இளைஞர்களின் நம்பிக்கையைப் பெற்றுவிட்டது. பெரிய முதலீட்டாளர்களெல்லாம் *Wish*ஐத் தேடிவந்து பணத்தைக் கொட்டுகிறார்கள். இதுதான் மின்வணிகத்தின் எதிர்காலம் என்கிறார்கள்.

இன்னொருபக்கம், *Wish*ன் வெற்றி நிலைக்காது என்பவர்களும் உள்ளார்கள். மக்கள் குறைந்த விலைக்காக இப்போது *Wish*ல் வந்து விழுந்தாலும், விரைவில் அவர்கள் எரிச்சலடைந்து வெளியேறிவிடுவார்கள், இந்த வளர்ச்சியை அதனால் தக்கவைத்துக்கொள்ள இயலாது என்பது இவர்களுடைய கணிப்பு.

தொழில்நுட்பத்தின் துணையோடு, ரசிக்கக்கூடிய வாங்கும் அனுபவத்தைத் தரவேண்டும் என்பதுதான் *Wish*ன் இலக்கு. இளைஞர்களைப் புரிந்துவைத்திருப்பது அதன் பலம். இதனை எந்த அளவுக்கு அவர்களால் முன்னெடுத்துச்செல்லமுடியும் என்பதைப் பொறுத்திருந்து பார்க்கவேண்டும்!

14. GreenSky

ஆசைகள், எதிர்பார்ப்புகளுக்கும் வாழ்க்கைக்கும் இடையே இருப்பது, வசதி என்கிற சுவர்.

மகனைப் பெரிய பள்ளியில் சேர்த்துப் படிக்கவைக்கவேண்டும் என்று நினைக்கிறவர், பொருளாதாரக் காரணங்களுக்காகக் கிடைத்த பள்ளியில் சேர்க்கிறார். இதேபோல் பிடித்த கல்லூரி, பிடித்த வேலை, பிடித்த மாப்பிள்ளை/பெண், பிடித்த வீடு, பிடித்த வாகனம் என ஒவ்வொன்றையும் நிஜமாக்குவதும் பொய்யாக்குவதும் அவரவர் வசதிதான்.

கனவுகளுக்கும் எதார்த்தத்துக்கும் நடுவிலிருக்கிற இந்த இடைவெளியை நிரப்பத்தான் மனிதன் கடன் வாங்கும் பழக்கத்தைக் கண்டுபிடித்தான். இருப்பவர்கள் கொடுக்கிறார்கள், இல்லாதவர்கள் வாங்குகிறார்கள்; அதற்கு நன்றியாக, அந்தப் பணத்தைத் திரும்பத்தரும்போது கூடுதலாக ஒரு தொகையைச் சேர்த்து வட்டியும் முதலுமாகத் தருகிறார்கள்.

ஆரம்பத்தில் வீடு, படிப்பு, திருமணம் என்று அத்தியாவசியத் தேவைகளுக்காகக் கடன் வாங்கப்பட்டது; ஆனால் இப்போது, சும்மா ஊர்சுற்றிப்பார்ப்பதற்கும் பெரிய தொலைக்காட்சிப்பெட்டி வாங்குவதற்கும்கூடக் கடன் கிடைக்கிறது.

சிலர் இதைப்பார்த்து முகம் சுளிக்கிறார்கள், 'கடன் வாங்குவது தவறு; இருப்பதைக்கொண்டு மகிழ்ச்சியாக வாழ்வோம்' என்பது இவர்களுடைய கட்சி.

இன்னொருதரப்பினர், குறிப்பாக இளைஞர்கள், 'நம்மால திருப்பித்தரமுடியும்ன்னு நம்பிக்கை இருந்தா கடன் வாங்கலாமே. என்ன தப்பு?' என்கிறார்கள். 'இது நமக்குக் கிடைக்கலையேன்னு ஏங்கிக் காத்திருக்கறதைவிட, இந்தச் சவுகர்யத்தைப் பயன்படுத்திக்கிட்டு அதை உடனே அனுபவிக்கறதுதான் சிறப்பு. அதான் கொஞ்சம் கொஞ்சமாக் கடனைத் திரும்பக் கட்டிடப்போறோமே. அப்புறமென்ன?'

சொல்லப்போனால், கடன் வாங்காமல் இருக்கிறவர்களைவிட, கடன் வாங்குகிறவர்கள்தான் அதிக வேகத்தோடு உழைக்கிறார்கள் என்பது இவர்களுடைய வாதம். 'எதுக்காக இல்லைன்னாலும், மாசத்தவணை கட்டணுமே, அதுக்காகவாச்சும் கஷ்டப்பட்டு வேலைபார்ப்போம், சம்பாதிப்போம், முன்னேறுவோம்' என்கிறார்கள் இவர்கள், 'ஊர்முழுக்கச் சின்ன, பெரிய நிறுவனங்களெல்லாம் புதுத்தொழில் ஆரம்பிக்கறதுக்குக் கடன் வாங்கறாங்க. அவ்வளவு ஏன், நம்ம நாடே நலப்பணிகளுக்காகக் கடன் வாங்குதே.'

இந்த விவாதம் ஒருபக்கம் தொடர்ந்துகொண்டிருக்க, இன்னொருபக்கம் உள்ளூர், வெளிநாட்டு வங்கிகள் பலப்பல கடன் திட்டங்களுடன் வாடிக்கையாளர்களுக்கு வலைவிரிக்கத் தொடங்கிவிட்டார்கள். பலருடைய சம்பளத்தில் கணிசமான பகுதி கடனைத் திரும்பச்செலுத்துவதற்குதான் செல்கிறது. தகுதிக்கு மீறிக் கடன் வாங்கிவிட்டுத் திகைக்கிறவர்களும் அதிகமாகிவிட்டார்கள்.

'நாளைய பணத்தில் இன்றைக்கு மகிழ்ச்சியாக வாழலாம்' என்கிற இந்தத் தலைமுறையின் மனோநிலையை வங்கிகள் நன்கு பயன்படுத்திக்கொள்கின்றன; அதனைத் தொழில்நுட்பத்தின் உதவியுடன் இன்னும் எளிதாக்குகிற, பரவலாக்குகிற முயற்சிகள் பெருகியிருக்கின்றன.

எடுத்துக்காட்டாக, முன்பெல்லாம் கடன் வாங்க வேண்டுமென்றால் கட்டுக்கட்டாக ஆவணங்களைச் சமர்ப்பித்து விண்ணப்பம் எழுதித்தந்துவிட்டுக் காத்திருக்கவேண்டும். ஆனால் இப்போது, இணையத்தில் சென்று நான்கைந்து க்ளிக்கில் விண்ணப்பித்துவிடலாம். அதுவும் ஒரு வங்கியில் அல்ல, ஒரே நேரத்தில் ஏழெட்டு வங்கிகளின் திட்டங்கள், வட்டி விகிதங்கள், நிபந்தனைகள், கட்டணங்களையெல்லாம் ஒப்பிட்டுப்பார்த்து ஒன்றாகவே விண்ணப்பம் அனுப்பலாம்.

இப்படி அனுப்பப்படும் விண்ணப்பங்கள் ஏற்கப்படுகின்றனவா மறுக்கப்படுகின்றனவா என்று தெரிந்துகொள்ள வாரக்கணக்காகக் காத்திருக்கவேண்டியதில்லை. சில நாட்கள், ஏன், சில நிமிடங்களில் கடன் கிடைத்துவிடும் என்கிறார்கள்!

இணையத்தில் ஏதேனும் ஒரு பெரிய பொருளை வாங்கலாமா என்று யோசித்தால், 'பட்ஜெட் உதைக்குதுன்னு யோசிக்காதீங்க பாஸ், உடனடிக் கடன் வசதி உண்டு' என்று ஆசைகாட்டுகிறார்கள். நிஜவுலகிலும் பெரிய சூப்பர் மார்க்கெட்கள், எலக்ட்ரானிக் கடைகளிலெல்லாம் வருகிறவர்கள், போகிறவர்களுக்குச் சில நிமிடங்களில் கடன் தருவதற்கு ஆட்கள் காத்திருக்கிறார்கள்.

ஆனால், இதெல்லாம் வங்கிகளுக்கு ஆபத்தில்லையோ? கடன் வாங்குகிறவர் யார், அவருடைய சம்பளம் என்ன, அவரால் கடனைத் திரும்பச் செலுத்தமுடியுமா என்றெல்லாம் யோசிக்காமல் சட்டென்று கடனைத் தூக்கிக்கொடுத்துவிட்டால் அது ஒழுங்காகத் திரும்ப வருமா?

இங்கேதான் தொழில்நுட்பம் வங்கிகளுக்குக் கைகொடுக்கிறது. முன்பு பல நாட்கள் நிதானமாகச் செய்த அலசலையெல்லாம் இப்போது சில நிமிடங்களில் கணினிகளின் உதவியோடு செய்துவிடுகிறார்கள். யாருக்குக் கடன் தரலாம், யாருக்குத் தரக்கூடாது என்பதில் தொடங்கி, என்ன வட்டிவிகிதம் நிர்ணயிக்கலாம் என்பதுவரை அனைத்தையும் இவை கச்சிதமாகக் கணக்கிடுகின்றன. இதனால், கடன் என்பது முன்புபோல் சிக்கலான விஷயமில்லை. பெரிய வங்கிகள், பணக்காரர்கள்மட்டுமல்ல, பொதுஜனங்கள்

கூடத் தேவையுள்ளவர்களுக்குக் குறுங்கடன்களை வழங்கலாம். அவற்றை உரிய நபர்களிடம் சேர்ப்பிப்பது, மாதாமாதம் தவணை வசூலிப்பது என அனைத்தையும் கடன் வழங்கும் தளங்கள் பார்த்துக்கொள்கின்றன. ஆக, ஒருபக்கம் கடன் வேண்டுபவர்கள் அதிகமாகிக் கொண்டிருக்கிறார்கள், இன்னொருபக்கம் கடன் தரத் தயாராக இருக்கிறவர்களும் பெருகியுள்ளார்கள், யாருக்குக் கடன் தரலாம் என்று உறுதிசெய்கிற தொழில்நுட்பமும் வளர்ந்துவிட்டது. இனி மீதமிருப்பது ஒரு விஷயம்தான்: கடன் தேவை உள்ளவர்களையும், கடன் தருமளவு பணம் வைத்திருப்பவர்களையும் இணைக்கின்ற ஒரு தளம்!

அப்படியொரு தளத்தைத்தான் டேவிட் ஜாலிக் உருவாக்கினார். பணத்தேவை உள்ளவர்களை, அவர்களுக்குப் பணத்தேவை ஏற்படுகிற இடத்திலேயே பிடித்து வங்கிகளுடன் இணைக்கின்ற ஒரு மொபைல் தொழில்நுட்பத்தைக் கண்டுபிடித்தார்.

எடுத்துக்காட்டாக, ஒருவர் தன்னுடைய வீட்டுக்கு வண்ணமடிக்க விரும்புகிறார். அதற்காக ஒரு வண்ணம்பூசுபவரை வரவழைக்கிறார். அவரும் வீட்டை அளந்துபார்த்துவிட்டு இத்தனை ஆயிரம் ரூபாய் ஆகும் என்று சொல்கிறார்.

அதைக்கேட்டதும், வீட்டுக்காரரர் முகம் மாறிவிடுகிறது. காரணம், அவரிடம் இப்போது அவ்வளவு பணம் இல்லை. ஆகவே, 'அப்புறம் பார்த்துக்கலாம்' என்கிறார்.

ஏன் அப்படிச் சொல்லவேண்டும்? அவர் அந்தத் தொகையைக் கடனாகப் பெறலாமே. பெறலாம்தான். ஆனால் அவருக்கு இதுமாதிரி சிறிய தேவைகளுக்கெல்லாம் கடன் வாங்குகிற பழக்கம் இல்லையே. அதனால்தான் பணம் கிடைத்ததும் பார்த்துக்கொள்ளலாம் என்று நினைக்கிறார்.

இந்த மனிதர்தான் உலகெங்கும் உள்ள வங்கிகளின் மிகப்பெரிய சந்தை: அவருக்கு ஒரு தேவை உள்ளது; அதைப் பூர்த்தி செய்யப் பணம் தேவை; ஆனால், அவரிடம் இப்போது அவ்வளவு பணம் இல்லை; அதை யாராவது தந்தார்களென்றால்

விரைவில் ஒழுங்காக (வட்டியுடன்) திருப்பிச் செலுத்திவிடுவார். வண்ணம்பூசுகிற வேலையை 'அப்புறம் பார்த்துக்கலாம்' என்று அவர் சொல்கிற அந்தக் கணத்தில், வங்கிகள் அவருடைய காதருகே வந்து, 'கவலைப்படாதீங்க, உங்களுக்கு நாங்க கடன் தர்றோம்' என்று சொன்னால் எப்படியிருக்கும்!

இந்த இணைப்பைத்தான் டேவிட் ஜாலிக்கின் 'GreenSky' தொழில்நுட்பம் சாத்தியமாக்குகிறது. உலகெங்கும் பணத்தேவை உள்ள, ஆனால் அதற்காகக் கடன் வாங்கலாமா என்று யோசிக்காத பலரை வங்கிகளுடன் இணைத்துக் கடன் பெற்றுத்தருகிறது. ஒவ்வோராண்டும் கோடிக்கணக்கான ரூபாய் மதிப்புள்ள கடன்கள் இந்தத் தொழில்நுட்பத்தின்மூலம் வழங்கப்பட்டுவருகின்றன. கடந்த சில ஆண்டுகளில் இதைவிடச் சிறப்பான ஒரு நிதித்தொழில்நுட்பம் இல்லவே இல்லை என்று வியக்கிறார்கள் நிபுணர்கள்.

அப்படி என்னதான் செய்கிறது GreenSky?

கடனைப்பற்றி யோசிக்காதவர்களுக்குப் பணத்தேவை ஏற்படும்போது பக்கத்தில் இருப்பது யார் என்று யோசித்தார் டேவிட் ஜாலிக். அவர்களை முன்வைத்து ஒரு மொபைல் தொழில்நுட்பத்தை உருவாக்கிக் கடன் வழங்குதலில் ஒரு பெரிய மாற்றத்தையே கொண்டுவந்துவிட்டார்.

அதாவது, ஒருவர் தன் வீட்டுக்கு வண்ணம்பூசலாம் என்று நினைக்கும்போது, 'ஆனா, பட்ஜெட் இடிக்குதே' என்று யோசிக்கும்போது அருகே இருப்பது, அந்த வண்ணம்பூசுகிறவர்தானே? அவரை வைத்து இவரை வளைத்தால் என்ன?

வண்ணம்பூசுகிறவர் தன்னுடைய சேவைக்கான தொகையைச் சொன்னதும், வீட்டுக்காரர் யோசிக்கிறார். 'அப்புறம் பார்க்கலாம்' என்கிறார். உடனே, அந்த வண்ணம்பூசுகிறவர், 'இந்தத் தொகைக்கு உங்களுக்கு உடனடிக் கடன் கிடைக்கும். நான் ஏற்பாடு பண்றேன்' என்கிறார்.

'உடனடிக்கடனா? அது எப்படி?'

‘சொல்றேன், கொஞ்சம் உங்க டிரைவிங் லைசன்ஸைக் கொடுங்க.’

வீட்டுக்காரர் தன்னுடைய ஓட்டுநர் உரிமத்தைத் தருகிறார். வண்ணம்பூசுகிறவர் தன்னுடைய மொபைல்போனைத் திறந்து அதில் GreenSky அப்ளிகேஷனைத் திறக்கிறார். வீட்டுக்காரரின் ஓட்டுநர் உரிமத்தைப் புகைப்படம் எடுக்கிறார். இன்னும் சில விவரங்களைச் சேர்க்கிறார். ‘இவருக்கு இவ்வளவு ரூபாய் கடன் தேவை’ என்று அறிவிக்கிறார்.

உடனே, GreenSky தொழில்நுட்பம் அந்த வீட்டுக்காரர் சார்பாகப் பல வங்கிகளைத் தொடர்புகொண்டு கடன் கேட்கிறது. சில நிமிடங்களுக்குள் கடன் வழங்கப்பட்டுவிடுகிறது. அவர் தன்னுடைய வீட்டுக்கு வண்ணம்பூசத் தொடங்கலாம்.

மொபைல், இணைய வசதியைப் பயன்படுத்தி உருவாக்கப் பட்டிருக்கும் இந்தத் தொழில்நுட்பத்தால், சம்பந்தப்பட்ட எல்லாருக்குமே லாபம்: வீட்டுக்காரர் தன்னுடைய வீட்டை விரைவில் அழகாக்கலாம், வண்ணம்பூசுகிறவருக்கு ஒரு நல்ல வேலைவாய்ப்பு உடனே கிடைக்கிறது, வங்கிக்கு ஒரு புதிய வாடிக்கையாளர் கிடைக்கிறார், இவர்களை இணைத்துவைக்கும் GreenSkyக்கும் வருவாய் உண்டு.

இங்கே வண்ணம்பூசுவது ஓர் எடுத்துக்காட்டுதான். இதுபோல் சிறிய, நடுத்தர வேலைகளைச் செய்யும் பலருக்கு GreenSky உதவுகிறது. அவர்கள் தங்களுடைய வாடிக்கையாளர்களிடம் பேசும்போது, யாரும் பணத்தைக் காரணம்காட்டி மறுக்கமாட்டார்கள். கைவசம் உடனடிக் கடன் இருக்கிறதே!

இதனால், ஏராளமான உழைப்பாளிகளின் தொழில் வளரும்; அவர்களால் GreenSkyயும் வளரும்.

‘எங்கள் பணி இப்போதுதான் தொடங்கியிருக்கிறது’ என்கிறார் டேவிட் ஜாலிக். ‘இன்னும் பல லட்சம் பேரை நாங்கள் சென்றுசேரவேண்டியிருக்கிறது. இனி, பொருளாதாரக் காரணங்களுக்காக எந்தப் பணியையும் யாரும் கைவிடவேண்டியதில்லை.’

15. Toutiao

இந்தியாவுக்குத் தொலைக்காட்சி அறிமுகமான புதிதில், ஒரே ஒரு சானல்தான் இருந்தது. அதுவும் அரசாங்க சானல்.

ஆகவே, அவர்கள் ஒளிபரப்புகிற நிகழ்ச்சிகளைத்தான் மக்கள் பார்க்கவேண்டும். எட்டு மணிக்குச் செய்திகள் என்றால், மற்ற வேலைகளையெல்லாம் தூரப்போட்டுவிட்டுத் தொலைக்காட்சி முன்னே வந்து உட்காரவேண்டும். ஒருவேளை மறந்துவிட்டால், மறுபடி எப்போது செய்திகள் வரும் என்று காத்திருக்கவேண்டியதுதான்.

பின்னர், ஒரு சானல் இருந்த இடத்தில் நான்கைந்து சானல்கள் வந்தன; தனியார் சானல்களும் போட்டிக்கு வந்தன; தொலைக்காட்சிச் சூழல் மாறத்தொடங்கியது.

இன்றைக்கு, செய்திகளுக்குமட்டும் பல சானல்கள் இருக்கின்றன. இவற்றில் நாள்முழுக்கச் செய்திகள் ஒளிபரப்பாகின்றன. ஒன்றை மறந்துவிட்டாலும் இன்னொன்றில் கேட்டுக்கொள்ளலாம்.

செய்திகளுக்குமட்டுமில்லை, திரைப்படங்களுக்கு, நகைச்சுவைக்கு, விளையாட்டுக்கு, ஆன்மிகத்துக்கு, சமையலுக்கு என ஒவ்வொன்றுக்கும் தனித்தனி சானல்கள்; விரும்பியதை விரும்பியபோது பார்க்கலாம்.

மிகுந்த முதலீடு தேவைப்படுகிற தொலைக்காட்சி ஊடகத்திலேயே நிலைமை இப்படியென்றால், இணையதளங்களை யோசித்துப்பாருங்கள். நினைத்தால் யார் வேண்டுமானாலும் ஓர் இணையதளத்தைத் தொடங்கிச் செய்திகளை, கட்டுரைகளை வெளியிடலாம், ஆடியோ, வீடியோ பதிவுகளைப் பிரசுரிக்கலாம்.

இப்படித் தனிநபர்களும் நிறுவனங்களுமாக ஏராளமானோர் நிமிடத்துக்கு நிமிடம் புதுப்புது விஷயங்களை வெளியிட்டுக்கொண்டே இருக்கிறார்கள்; ஆனாலும் மக்களுடைய அறிவுப்பசி தீரவில்லை; படிப்பதற்கு இன்னும் இன்னும் விஷயங்கள் வேண்டும் என்று கேட்கிறார்கள்.

குறிப்பாக, செல்போன்கள் பரவலாகப் புழக்கத்துக்கு வந்தபிறகு, மக்களின் செய்தியார்வம் பலமடங்கு அதிகரித்துவிட்டது. பேருந்துக்குக் காத்திருக்கும்போது, பேருந்தில் ஏறி அமர்ந்தபிறகு, அலுவலகத்துக்கு நடக்கும்போது, லிஃப்டில் காத்திருக்கும்போது, காஃபி, சாப்பாட்டின்போது என எல்லா நேரங்களிலும் எல்லா இடங்களிலும் எதையாவது வாசித்துக்கொண்டே இருக்கிறார்கள்.

இத்தனை பேர் இத்தனைவிதமாக வாசிக்கிறார்கள் என்றால், ஊடக நிறுவனங்கள் சந்தோஷப்படவேண்டும். ஆனால் அவர்களோ பெரும் கவலையில் இருக்கிறார்கள்.

முன்பு ஒரே ஒரு தொலைக்காட்சி சானல் இருந்தபோது, அதில் ஒரு நல்ல நிகழ்ச்சி வெளியானால் சட்டென்று வெளிச்சம் கிடைக்கும். பலரும் அதைப் பார்ப்பார்கள், அதைப்பற்றிப் பேசுவார்கள், அதுபோன்ற பல நிகழ்ச்சிகள் உருவாக வாய்ப்பு ஏற்படும்.

ஆனால் இப்போது பலப்பல தொலைக்காட்சி சானல்கள் வந்துவிட்டதால், எந்தச் சானலில் எதைப் பார்த்தோம் என்று யாருக்கும் நினைவிருப்பதில்லை; கிடைப்பதைப் பார்க்கிறார்கள்; அவ்வளவுதான். எதுவும் மனத்தில் நிற்பதில்லை.

இதனால், ஊடகவியலாளர்களுக்கு எது சரி, எது தவறு, எது மக்களுக்குப் பிடித்திருக்கிறது என்பதே புரிவதில்லை. கடும்

போட்டிக்கிடையில் தங்களுடைய தனித்தன்மையைக் காட்ட இயலாமல் திகைக்கிறார்கள்.

இதே பிரச்னைதான் இணையதளங்களுக்கும். பிரபல செய்தித்தாள்கள், பத்திரிகைகளின் இணையதளங்களில் தொடங்கித் தனிநபர்கள் நடத்தும் வலைப்பதிவுகள், தனியார் வலைதளங்கள்வரை ஏராளமானோர் ஏராளமான விஷயங்களைத் தொடர்ந்து பதிவுசெய்துகொண்டே இருப்பதால், யார் எதைப் படிக்கிறார்கள் என்பதே புரிவதில்லை; சரியான பதிவுகள் சரியான நபர்களைச் சென்றுசேர்வதில்லை; அதைவிட மோசம், தவறான பதிவுகள் திரையில் தோன்றி அவர்களுக்கு எரிச்சலூட்டுகின்றன.

சுருக்கமாகச் சொன்னால், ஏராளமான இணையதளங்கள் பதிவுசெய்துகொண்டிருக்கிற ஏராளமான செய்திகளை வாசகர்களின் விருப்பத்துக்கேற்ப ஒழுங்குபடுத்தித்தரவேண்டும்; அப்போதுதான் தரமான செய்திகளுக்கு வரவேற்பு இருக்கும்; வாசகர்களும் மகிழ்ச்சியாவார்கள்; இதில் சம்பந்தப்பட்ட நிறுவனங்களுக்கு வருமானமும் கிடைக்கும்.

எடுத்துக்காட்டாக, உங்களுடைய ஃபேஸ்புக் பக்கத்தைப்பற்றிக் கொஞ்சம் யோசியுங்கள். அங்கே உங்களுக்குத் தெரிந்த, தெரியாத நண்பர்கள், நிறுவனங்கள் நாள்முழுக்க ஏதேதோ எழுதிக்கொண்டே இருக்கிறார்கள். அதில் எல்லாம் உங்களுக்குப் பிடித்திருக்கும் என்று சொல்லமுடியாது, ஆனாலும் தொடர்ந்து பார்க்கிறீர்கள்; ஒருமணிநேரம்கழித்து, உங்களுக்கு ஒரு திருப்தியே இல்லை, 'இந்த ஃபேஸ்புக்கே நேர விரயமோ?' என்று யோசிக்கிறீர்கள்.

அதற்குப்பதிலாக, ஃபேஸ்புக் உங்களுடைய விருப்பங்களைத் தெரிந்துகொண்டு, அதுதொடர்பான பதிவுகளைமட்டும் காட்டினால் எப்படியிருக்கும்? அதாவது, நீங்கள் சமையல் தொடர்பான விஷயங்களை விரும்பிப் படிக்கிறவர் என்றால், அதையெல்லாம் முன்னால் காட்டவேண்டும், உங்கள் நண்பருக்கு விளையாட்டில்தான் விருப்பம் என்றால், அவருக்கு விளையாட்டுச் செய்திகள் முன்னால் வரவேண்டும்,

மற்றவற்றைப் பின்னால் தள்ளிவிடவேண்டும்.

ஆனால், உங்களுடைய விருப்பங்கள் ஃபேஸ்புக்குக்கு எப்படித் தெரியும்?

நீங்கள் பார்க்கிற பதிவுகளில் உங்களுக்குப் பிடித்த பதிவுகளை 'லைக்' செய்வீர்கள்தானே? கடந்த ஒரு வருடத்தில் நீங்கள் அப்படி எந்தெந்தப் பதிவுகளை 'லைக்' செய்திருக்கிறீர்கள் என்கிற புள்ளிவிவரங்களை எடுத்துப்பார்த்தால், அந்தப் பதிவுகள் எப்படிப்பட்டவை என்பதைக் கவனித்தால், இதைக் குத்துமதிப்பாகக் கண்டுபிடித்துவிடலாமில்லையா? அதன் அடிப்படையில் நீங்கள் 'லைக்' செய்யக்கூடிய பதிவுகளை அதிகமாகக் காட்டலாமில்லையா?

இப்படிப் பதிவுகளை உங்கள் விருப்பத்தின்படி ஒழுங்குபடுத்துவதால், உங்களுக்கு நேரம் மிச்சமாகும், நல்ல விஷயங்களைப் படித்தோம் என்கிற திருப்தி கிடைக்கும்; நீங்கள் அவற்றைப் படித்து 'லைக்' போடும்போது, அந்தப் பதிவுகளை எழுதிய அந்த நண்பர்களுக்கும் மகிழ்ச்சி; இப்படி நீங்கள் ஃபேஸ்புக்கில் அதிக நேரம் செலவிடுவதால் ஃபேஸ்புக் நிறுவனத்துக்கும் மகிழ்ச்சி, கூடுதல் வருமானம்.

இப்போது, இதே விஷயத்தை ஃபேஸ்புக்குக்கு வெளியே அமர்ந்து யோசிப்போம்: பல இணையதளங்கள் பலவிதமான செய்திகளை வெளியிடுகின்றன; அவற்றைச் சும்மா உங்கள்முன்னே குவித்துவைக்காமல், உங்களுடைய விருப்பங்களைத் தெரிந்துகொண்டு சரியானவற்றைக் காண்பித்தால், நீங்கள் விரும்பிப் படிப்பீர்கள். அந்தச் செய்திகளை எழுதிப் பதிப்பித்தவர்களும், அவை சரியான வாசகரிடம் சென்றுசேர்ந்தன என்று மகிழ்ச்சியடைவார்கள்.

ஆனால், இந்த வேலையை யார் செய்வார்கள்?

News Aggregators அல்லது *Content Aggregators* எனப்படும் செய்தி/உள்ளடக்கத் தொகுப்பு நிறுவனங்கள் இதைத்தான் செய்கின்றன. அதாவது, பல இடங்களிலிருந்து செய்திகளை, சுவையான பதிவுகளைத் திரட்டிவருகிறார்கள்.

வழக்கமான செய்தித்தளங்களுக்கும் இவற்றுக்கும் என்ன வித்தியாசம்?

நம் வீட்டில் செய்தித்தாள் வாங்குவதற்கும் நூலகத்துக்குச் சென்று படிப்பதற்கும் உள்ள வித்தியாசம்தான்!

செய்தித்தளம் என்றால், வீட்டில் செய்தித்தாள் வாங்குவதைப்போல. அங்கே பதிவாகியிருக்கிற செய்திகளை, பார்வைகளைத்தான் படிக்கமுடியும். அதற்குமேல் எதுவும் கிடைக்காது.

ஆனால், நூலகம் அப்படியில்லை. பல செய்தித்தாள்கள் அங்கே கிடைக்கும். ஒவ்வொன்றாகப் படிக்கலாம்; இங்கே கொஞ்சம், அங்கே கொஞ்சம் என்று படிக்கலாம்; ஒப்பிடலாம். அதுபோல, இந்தச் சேகரிப்புத்தளங்கள் பல செய்தித்தளங்களிலிருந்து விதவிதமான செய்திகளை ஒரே இடத்தில் தொகுத்துத்தருகின்றன.

இப்போது, ஒரு படி மேலே செல்வோம்; அந்த நூலகத்தில் ஒரு நூலகர். அவர் காலை எழுந்தவுடன் எல்லாச் செய்தித் தாள்களையும் படித்துவிடுகிறார். அதன்பிறகு, அங்கே வருகிற மக்களுடைய ரசனைக்கேற்ப, 'நீங்க இந்தச் செய்தியைப் படிங்க, நீங்க அந்தச் செய்தியைப் படிங்க' என்று பரிந்துரைக்கிறார்.

வியப்பான விஷயம், 'எனக்கு இந்தவகைச் செய்திகள் பிடிக்கும்' என்று யாரும் அவரிடம் சொல்லவில்லை. நூலகத்துக்கு வருகிறவர்களைப் பார்த்துப்பார்த்து அவரே அதைப் புரிந்துகொள்கிறார், அதற்கேற்ப அவர்களுக்கு நல்ல செய்திகளை அறிமுகப்படுத்துகிறார்.

இந்த வேலையைத்தான் *Toutiao* என்ற இணையத்தளம் செய்யத்தொடங்கியது. இங்கே அல்ல, சீனாவில்.

Content Aggregation, அதாவது, உள்ளடக்கத் தொகுப்புத் தளங்கள் மிகப் பழையவை. அந்தப் பழைய தொழில்நுட்பத்தில் ஒரு புதுமையைச் சேர்த்தது *Toutiao. Machine Learning/ Artificial Intelligence* எனப்படும் இயந்திரக் கற்றல்/செயற்கை

அறிவுத் தொழில்நுட்பங்களைப் பயன்படுத்தி, வாசகர்களுக்கு விருப்பமான செய்திகள், பிற பதிவுகளை அடையாளம் கண்டது. யாருக்கு எது பிடிக்குமோ அதை அதிகமாகத் தந்து ஈர்த்தது.

இதனால், பல்லாயிரக்கணக்கான சீனர்கள் வாரந்தோறும் பல மணிநேரம் இந்த இணையத்தளத்தில் மூழ்கியிருக்கிறார்களாம். அவர்கள் படிக்கப்படிக்க இன்னும் சுவையான செய்திகள் வந்துகொண்டே இருக்கின்றன.

இந்தச் சேவையின் வெற்றிக்குக்காரணம், இந்த இணையத்தளம் ஒவ்வொருவருக்கும் தனித்துவமாக (*Personalized*) இருப்பதுதான், அதாவது, ஒருவரைப்போல் இன்னொருவருக்கு இருக்காது. எடுத்துக்காட்டாக, உங்களுடைய செய்திப்பக்கமும் என்னுடைய செய்திப்பக்கமும் முற்றிலும் மாறுபட்டிருக்கும். நீங்கள் அதிகம் விரும்பி வாசிக்கக்கூடிய விஷயங்கள்மட்டுமே அதில் தோன்றும்; மற்றவை தானாகக் காணாமல் போய்விடும்; நீங்கள் மேலும் மேலும் வாசிக்க வாசிக்க, *Toutiao*க்கு உங்களைப்பற்றி இன்னும் நன்றாகத் தெரிந்துவிடும், இன்னும் சிறப்பான விஷயங்களை வாசிக்கத்தரும், அந்தக் கற்பனை நூலகரைப்போலவே!

2012ம் ஆண்டு, சரியாகச் சீனாவில் மொபைல் புரட்சி அதிவேகமாகப் பரவத்தொடங்கிய நேரத்தில், *Toutiao*வைத் தொடங்கியவர் ஜாங்க் யிமிங். கன்னாபின்னாவென்று செய்திகள் குவிகின்ற சூழ்நிலையில் சரியான செய்திகளைப் பொருத்தமாக வடிகட்டித்தரும் ஒரு தனித்துவமான சேவைக்கு நல்ல வரவேற்பு இருக்கும் என்று அவர் அன்றைக்குப் போட்ட கணக்கு, இப்போது நல்ல பலன் தருகிறது. ஐந்தே வருடங்களுக்குள் மிகப் பிரபலமான, நல்ல வருவாயைக் குவிக்கிற நிறுவனமாகிவிட்டது *Toutiao*.

இதனால், தனியே நிருபரோ ஆசிரியர் குழுவோ அமைக்காமல், இணையத்தின் மிகப்பெரிய செய்தித்தளங்களில் ஒன்றாக *Toutiao* உருவெடுத்திருக்கிறது. அதாவது, மற்றவர்களுடைய செய்திகளை ஒழுங்குபடுத்தித்தந்தே சம்பாதிக்கிறார்கள். அதில் அவர்களுக்கும் ஒரு பங்கு தந்துவிடுகிறார்கள்.

அடுத்தபடியாக, தனிநபர்கள், நிறுவனங்கள் *Toutiao*லேயே வந்து செய்திகளை எழுதவும் வசதிகளைச் செய்துதந்திருக்கிறார்கள். அந்தச் செய்திகளை எந்த அளவு அதிகப்பேர் வாசிக்கிறார்களோ, அந்த அளவு இவர்களுக்கு வருவாய் கிடைக்கும்.

எடுத்துக்காட்டாக, ஒருவர் விவசாயத்தில் நிபுணர் என்றால், அதுதொடர்பான செய்திகளை அவரே எழுதிப் பிரசுரிக்கலாம். அச்செய்திகளை விவசாயத்தில் ஆர்வமுள்ளவர்களுக்கு *Toutiao* காட்டுகிறது. செய்தி எழுத்தாளர்களை வாசகர்களோடு இணைக்கிறது.

செய்திகள்மட்டுமல்ல, வருங்காலத்தில் எல்லாமே இப்படித் தொகுக்கப்படும் சூழ்நிலை வரப்போகிறது, அல்லது, ஏற்கெனவே வந்துகொண்டிருக்கிறது. மக்கள் பத்துப் பதினைந்து தளங்களுக்குச் சென்று வேண்டியதைப் பெறுவதைவிட, தங்களுடைய விருப்பத்துக்கேற்ப சரியானவற்றைத் தானே துல்லியமாகக் கண்டறிந்து தருகிறவர்களைத்தான் அதிகம் விரும்புவார்கள்.

*Toutiao*வின் வெற்றி, இதுபோன்ற பல *Aggregator* சேவைகளைத் தொடங்கிவைக்கப்போகிறது. அவற்றுள் நிஜமாகவே பயனுள்ளவற்றைச் சரியாகத் தொகுத்துத் தருகிறவர்கள் பெரிய அளவில் வெல்வார்கள்!

16. Palantir

குடும்பத்தோடு கடைக்கு வந்திருக்கிறார் ஒருவர். பதினைந்தாயிரத்துச் சொச்சத்துக்கு ஒரு துவைக்கும் இயந்திரத்தை வாங்குகிறார். கடனட்டையைத் தேய்த்து அதற்கான பணத்தைச் செலுத்துகிறார்.

உடனே, அவருக்கு ஒரு தொலைபேசி அழைப்பு வருகிறது. 'வணக்கம், நாங்க ____ வங்கியிலேர்ந்து பேசறோம். கொஞ்சநேரம் முன்னாடி நீங்க பதினஞ்சாயிரத்து இருநூறு ரூபாய்க்கு ஏதாவது பொருள் வாங்கினீங்களா?'

'ஆமா, அதுக்கென்ன?' எரிச்சலோடு கேட்கிறார் அவர்.

'ஒண்ணுமில்லை சார், நிஜமாவே நீங்கதான் அந்தச் செலவைச் செஞ்சீங்களான்னு உறுதிப்படுத்திக்கறதுக்காக அழைச்சோம்' என்கிறது வங்கி.

'என் கடனட்டையை நான் பயன்படுத்தாம எவன் பயன்படுத்துவான்?' என்று கோபப்படுகிறார் அவர், எரிச்சலோடு தொலைபேசியை வைக்கிறார். என்றைக்கோ ஒருநாள் குடும்பத்துடன் வெளியே வந்திருக்கும்போது இப்படியொரு தொலைபேசி அழைப்பு வந்தால் எரிச்சல்

உண்டாகும்தான். ஆனால், இந்தச் சூழ்நிலையில் இவர் அந்த வங்கிக்கு நன்றிதான் சொல்லவேண்டும். அவர்கள் தங்களுடைய கடமையைச் செய்கிறார்கள், அதேநேரம் இவருக்கு நன்மையும் செய்கிறார்கள், இவருடைய கடனட்டையை வேறு யாரும் தவறாகப் பயன்படுத்திவிடாதபடி பார்த்துக்கொள்கிறார்கள்.

இதைப் புரிந்துகொள்வதற்கு, இவர் இந்தச் சூழ்நிலையைக் கொஞ்சம் மாற்றி யோசிக்கவேண்டும்: யாரோ ஒரு திருடன் எப்படியோ இவருடைய கடனட்டை விவரங்களைத் திருடிவிடுகிறான், அதைப் பயன்படுத்திப் பல்லாயிரம் ரூபாய் செலவழித்துவிடுகிறான்; அப்போது வங்கி இவரைத் தொலைபேசியில் அழைத்து, 'இந்தச் செலவை நீங்கதான் செஞ்சீங்களா?' என்று கேட்கிறது. இவர் பதறிப்போய், 'அச்சச்சோ, இல்லையே' என்கிறார். உடனே வங்கி அந்தக் கடனட்டையை முடக்கிவிடுகிறது. அதனால் இவருடைய கடனட்டையிலிருந்து மேலும் பணம் திருடப்படும் ஆபத்து தடுக்கப்படுகிறது.

ஆக, ஒரு கடனட்டையில் திடீரென்று ஒரு பெரிய தொகை செலவாகும்போது அந்த வங்கி உரிய நபரை அழைத்து, 'இந்தச் செலவை நீங்கள்தான் செய்தீர்களா?' என்று கேட்பதன்மூலம் மோசடிகளைத் தடுக்கலாம். அதற்குதான் அந்தத் தொலைபேசி அழைப்பு.

இதேபோல் சென்னையில் இருப்பவர் திடீரென்று மதுரையில் செலவுசெய்கிறார், அல்லது, வழக்கமாக வாங்காத ஒரு பொருளை வாங்குகிறார், அல்லது, அடுத்தடுத்து இணையத்தில் நிறையப் பொருட்களை வாங்குகிறார்... இப்படிப் பல நேரங்களில் மோசடி நடக்கக்கூடும் என்று வங்கி ஊகித்து அவரை அழைக்கிறது. அந்தச் செலவை அவர்தான் செய்தாரா என்று உறுதிசெய்துகொள்கிறது. இவையெல்லாம் அவசியமான நடவடிக்கைகள், வருமுன் காக்கும் ஏற்பாடுகள்.

ஆனால், இந்தக் குறிப்பிட்ட பரிமாற்றம் மோசடியாக இருக்குமோ என்று அந்த வங்கி எப்படிக் கண்டறிகிறது?

ஒரு வங்கி பல்லாயிரக்கணக்கான வாடிக்கையாளர்களுக்குக் கடனட்டைகளை வழங்கியிருக்கும். அவர்கள் தினந்தோறும் பலப்பல இடங்களில் அந்தக் கடனட்டையைப் பயன்படுத்துவார்கள். இப்படி நாடுமுழுக்க, உலகம்முழுக்க லட்சக்கணக்கில், கோடிக்கணக்கில் பரிமாற்றங்கள் நிகழ்கின்றன. அவற்றுள் எவையெல்லாம் மோசடியாக இருக்கக்கூடும் என்று கண்டறிவதற்கு வங்கிகள் பல நவீன தொழில்நுட்பங்களைப் பயன்படுத்துகின்றன.

அதாவது, ஒவ்வொரு கடனட்டையும் இதற்குமுன் இப்படித்தான் பயன்படுத்தப்பட்டிருக்கிறது, இங்கெல்லாம் பயன்படுத்தப்பட்டிருக்கிறது என்கிற பழைய சரித்திரத்தை இந்த மென்பொருள்கள் புரட்டிப்பார்க்கின்றன. அதன் அடிப்படையில், ஒவ்வொரு புதிய பரிமாற்றத்தையும் ஆராய்கின்றன, இந்தப் பரிமாற்றம், இதே கடனட்டையின் பழைய பரிமாற்றங்களுடன் பொருந்துகிறதா என்று பார்க்கின்றன, ஒருவேளை பொருந்தாவிட்டால், 'ஏதோ பிரச்னை இருக்கிறது' என்று அந்த வங்கிக்குச் சுட்டிக்காட்டுகின்றன. உடனே, அந்த வங்கி அந்தக் கடனட்டையின் உரிமையாளரை அழைத்துப் பேசுகிறது.

Big Data எனப்படும் 'பெருந்தரவு'களின் பயன்பாட்டுக்குப் பல எடுத்துக்காட்டுகள் உள்ளன; அவற்றில் மிக எளிய ஒன்றைத்தான் நாம் இங்கே பார்த்தோம். இதைவிடச் சிக்கலான பல தரவுகளை அலசி, ஆராய்ந்து நுட்பமான பிரச்னைகளைக் கண்டறியக்கூடிய தொழில்நுட்பங்கள் வந்துவிட்டன.

எடுத்துக்காட்டாக, தீவிரவாதிகளின் நடமாட்டங்கள், அவர்களுடைய செயல்பாடுகளை ஆராய்வதற்கெல்லாம்கூட இந்தத் தொழில்நுட்பத்தைப் பயன்படுத்துகிறார்கள். அதாவது, கடனட்டையைக் காப்பதற்குமட்டுமல்ல, நாட்டையே காப்பதற்கும் தரவுகள் உதவுகின்றன.

இன்றைய நவீன உலகில் ஒவ்வொரு கணமும் ஏராளமான தரவுகள் உருவாகிக்கொண்டே இருக்கின்றன. காலை எழுந்தவுடன் நீங்கள் மொபைலில் பார்க்கும் இணையதளம்

எது, அதில் நீங்கள் எந்தெந்தக் கட்டுரைகளை வாசிக்கிறீர்கள், எந்தெந்தக் கவர்ச்சிப்படங்களைப் பார்க்கிறீர்கள், அலுவலகம் செல்ல எந்தப் பேருந்தில் ஏறினீர்கள், எத்தனை மணிக்குச் சீட்டு வாங்கினீர்கள், எப்போது யாரைத் தொலைபேசியில் அழைத்து எவ்வளவு நேரம் அரட்டையடித்தீர்கள், அலுவலகத்துக்குள் எத்தனை மணிக்கு நுழைந்தீர்கள், கேன்ட்டீனில் எத்தனை மசால்வடை சாப்பிட்டீர்கள், எந்த இணையதளத்தில் நுழைந்து என்ன பொருள் வாங்கினீர்கள், அதற்கு எந்த வங்கியிலிருந்து பணம் செலுத்தினீர்கள்... இப்படி சகலமும் எங்கேயோ எலக்ட்ரானிக் வடிவத்தில் பதிவாகிக்கொண்டிருக்கிறது. அவற்றையெல்லாம் யாராவது தொகுத்துப்பார்த்தார்களென்றால் உங்களைப்பற்றிக் கிட்டத்தட்ட எல்லாமே அவர்களுக்குத் தெரிந்துவிடும்.

ஆக, யாரோ நம்மை எப்போதும் கவனித்துக்கொண்டேதான் இருக்கிறார்கள். நாம் விரும்பினாலும் விரும்பாவிட்டாலும் இது உண்மை.

'அச்சச்சோ' என்று பதறிப் பயனில்லை. இப்படி எல்லாரையும் எப்போதும் கவனித்துக்கொண்டிருப்பதன்மூலம்தான் பொதுமக்களின் பாதுகாப்பை உறுதிசெய்யவேண்டியிருக்கிறது.

எலக்ட்ரானிக் கருவிகள் அதிகமாகிக்கொண்டிருக்கிற இன்றைய சூழ்நிலையில் ஒவ்வொரு விநாடியும் பலப்பல தரவுகள் சேகரிக்கப்பட்டுக்கொண்டே இருக்கின்றன. இவை ஒவ்வொன்றும் வெவ்வேறுவகையில், வெவ்வேறு அமைப்பில் இருக்கின்றன. இவற்றைத் தொகுத்து ஆராய்ந்து பிரச்னைகளைக் கண்டுபிடிக்கிற தொழில்நுட்பங்கள் தேவைப்படுகின்றன.

இன்றைக்கு மிகப்பெரிதாகியிருக்கிற இந்தத் தேவையை, பதினான்கு வருடங்களுக்குமுன்பே கணித்த ஒருவர் இருக்கிறார். அப்போது அவர் உருவாக்கிய ஒரு நிறுவனம்தான் இப்போது இந்தத்துறையில் கொடிகட்டிப் பறக்கிறது.

2003ம் ஆண்டு, பீட்டர் தீல் என்பவர் 'பலான்டிர்' என்ற இந்த நிறுவனத்தைத் தொடங்கினார். அதற்குமுன்பே 'பேபால்'

என்னும் நிறுவனத்தைத் தொடங்கி நடத்திப் புகழ்பெற்றிருந்தவர் இவர்.

அதென்ன 'பலான்டிர்'?

ஜே.ஆர்.ஆர். டால்கியான் என்கிற பிரபலமான நாவலாசிரியரின் கதைகளில் வரும் ஒரு சக்திவாய்ந்த கல்லின் பெயர் அது. அந்தக் கல்லை வைத்திருப்பவர்கள் தொலைதூரத்தில் நடக்கிற நிகழ்ச்சிகளை இங்கிருந்தே பார்க்கலாம், அங்குள்ளவர்களுடன் பேசலாம்.

தரவுகளை ஆராய்ந்து அலசுவதன்மூலம் பல பேருண்மைகளைக் கண்டறிய இயலும் என்பதைத் தொலைநோக்குடன் சிந்தித்த பீட்டர் தீல் தன்னுடைய நிறுவனத்துக்கு அந்த மந்திரக்கல்லின் பெயரையே சூட்டினார். அவருக்கு ஏற்கெனவே நிதி மோசடிகளைக் கண்டறியும் தரவு ஆராய்ச்சிகளில் அனுபவம் இருந்ததால், அதையே கொஞ்சம் பெரிய தளத்தில் செய்துபார்க்க எண்ணினார்.

ஆனால், பீட்டர் தீல் நினைத்ததுபோல் அந்த வேலை அத்துணைச் சுலபமாக இருக்கவில்லை. தரவுகள் ஒவ்வொன்றும் ஒவ்வொருவிதமாக இருந்தன. அவற்றை நேரடியாக ஒப்பிடுவது சாத்தியமில்லை.

போதாக்குறைக்கு, இந்தச் சிக்கல் நாளுக்கு நாள் அதிகமாகிக்கொண்டே சென்றது. பலவிதமான தரவுகளை ஒன்றுபடுத்திப் புரிந்துகொள்வதும் அவற்றிலிருந்து புதிய பார்வைகளை வழங்குவதும் ஓர் இயந்திரத்தால் இயலுமா?

வெறும் இயந்திரத்தால் அது முடியாமல்போகலாம்; இயந்திரத்தோடு மனிதனும் சேர்ந்து சிந்தித்தால்?

அதாவது, இயந்திரத்தின் அதிவேகமான கணக்கிடும் திறமையைப் பயன்படுத்திக்கொண்டு, மனிதனின் மூளையும் அதோடு இணைந்து வேலைபார்த்தால் பிரச்னைகளை எளிதில் கண்டறியலாம், விரைவாகத் தடுப்பு நடவடிக்கைகளை எடுக்கலாம். இதுதான் 'பலான்டிர்' முன்வைத்த தொழில்நுட்ப மாற்றம்.

இந்தக் கனவில் பீட்டர் தீல் தன்னுடைய பணத்தை முதலீடு செய்தார். அலெக்ஸ் கார்ப் என்ற அவருடைய நண்பர் தன்னுடைய உழைப்பை முதலீடு செய்தார். துறுதுறுப்பான பல இளைஞர்களின் துணையோடு பலான்டிர் தொழில்நுட்பத்தை முன்னெடுத்துச்சென்றார்கள்.

இந்நிறுவனத்தில் *CIA* போன்ற அரசு அமைப்புகளும்கூட முதலீடு செய்தன. காரணம், இவர்கள் உருவாக்கிய தொழில்நுட்பத்தால் முதலில் பலன்பெறப்போவது அரசாங்கம், அதாவது, பாதுகாப்பு அமைப்புகள்தான்.

ஆரம்பத்தில் பலான்டிரின் வாடிக்கையாளர்கள் முழுக்கமுழுக்க அரசு அமைப்புகளாகவே இருந்தார்கள். அதன்பிறகுதான் தனியார் நிறுவனங்களும் இதைப் பயன்படுத்திக்கொள்ளத் தொடங்கினார்கள்.

அடுத்த சில ஆண்டுகளில், தரவுகளின் அளவும் தன்மையும் பலமடங்கு அதிகரித்தன. அதற்கெல்லாம் ஈடுகொடுத்து பலான்டிர் தன்னுடைய தொழில்நுட்பத்தை மேம்படுத்தியது. இதே துறையில் இன்னும் பல நிறுவனங்கள் வந்தபோதும், குறைந்த செலவில், எளிதில் பயன்படுத்தக்கூடியவகையில் தங்களுடைய அமைப்புகளை உருவாக்கி விரைவாக முன்னேறினார்கள்.

இன்றைக்கு, தீவிரவாதத் தடுப்பு நடவடிக்கைகள், பாதுகாப்புப் பணிகள், உளவு, நிதிச்சேவைகள் போன்ற பல நோக்கங்களுக்காகப் பலான்டிரின் தொழில்நுட்பம் பயன்படுகிறது. ஒவ்வொரு நாளும் பல லட்சம் தரவுகளை அலசி, ஆராய்ந்து அரசு, தனியார் அமைப்புகளுக்கு உதவும்வகையில் வழங்கிவருகிறார்கள்.

இன்னொருபக்கம், இதுபோன்ற தொழில்நுட்பங்கள் தனிமனித உரிமைகளுக்கு எதிரானவை என்கிற குரலும் கேட்கிறது.

எடுத்துக்காட்டாக, அமெரிக்க நகரங்களில் வாகனங்களின் பதிவு எண்களைத் தானே பதிவுசெய்யக்கூடிய கேமெராக்கள் உள்ளன. காவல்துறை வாகனங்கள், தொலைபேசிக் கம்பங்களில் பொருத்தப்பட்டிருக்கும் இந்தக் கேமெராக்கள் அந்தப்

பக்கம் வருகிற வாகனங்களின் பதிவு எண்களையெல்லாம் பதிவுசெய்துவிடுகின்றன. இந்தப் பதிவுகளை ஆராய்கிற மென்பொருள்களைப் பலான்டிர் உருவாக்குகிறது. அதாவது, எந்தக் கார் எப்போது எங்கே இருந்தது என்று தொகுத்துக் காண்பிக்கிறது. இப்படி இந்தத் தரவுகளை அலசி ஆராய்ந்தால் தொலைந்த கார்களைக் கண்டுபிடிக்கலாம், சந்தேகத்துக்கிடமான வாகனங்களைத் துப்பறியலாம், இப்படிப் பல நன்மைகள்.

அதேசமயம், இந்தத் தகவல்களைத் தொகுத்துப்பார்த்தால் ஒருவர் தினமும் காரை எடுத்துக்கொண்டு எங்கெல்லாம் போகிறார் என்கிற விவரங்கள் தெரியவந்துவிடுமல்லவா? அப்படிப் பொதுமக்களை உளவுபார்க்கிற உரிமை அரசாங்கத்துக்கு உண்டா? இதுதான் கேள்வி.

'எங்களுடைய நோக்கம் பொதுமக்களுக்குப் பாதிப்பு உண்டாக்குவதில்லை; அவர்களைப் பாதுகாப்பதுதான்' என்கிறது பலான்டிர். 'அதேசமயம், இந்தத் தரவுகள் தவறாகப் பயன்படுத்தப்படலாம் என்பது புரிகிறது. இவற்றை எவ்வளவு நாள் வைத்திருக்கலாம், எப்படிப் பயன்படுத்தலாம் என்பதற்குத் தெளிவான சட்டங்கள் வகுக்கப்படவேண்டும். அவற்றைப் பின்பற்ற நாங்கள் தயாராக இருக்கிறோம்.'

டிஜிட்டல்மயமாதலில் நன்மைகளும் உண்டு, தீமைகளும் உண்டு; இனிமேல் குதிரையிலிருந்து இறங்கமுடியாது, கடிவாளத்தையும் சவுக்கையும் கையாளப் பழகிக்கொள்ளவேண்டியதுதான்!

17. Uber

ஒரு ட்வீட், ஒருவருடைய வாழ்க்கையையே மாற்றிப் போடமுடியுமா?

வெறும் 140 எழுத்துகள். அதை எழுதி ஒருவர் கோடீஸ்வரரானார். இந்த நூற்றாண்டில்மட்டுமே நிகழக்கூடிய அதிசயம் இது.

உண்மையில் ஒரு ட்வீட்டால் யாரும் கோடீஸ்வரராக இயலாதுதான். அந்த ட்வீட்டை எழுதியவர் அதன்பிறகு நிறைய உழைத்துதான் பெரிய நிலைக்கு வந்தார். ஆனாலும், அந்த ஒரு ட்வீட் அவருடைய பணிவாழ்க்கையைத் திருப்பிப்போட்டது உண்மை.

அவர் பெயர் ரயான் க்ரேவ்ஸ். 2010ல் அந்தப் புகழ்பெற்ற ட்வீட்டை எழுதியபோது அவருக்கு வயது இருபத்தேழுதான்.

அப்போது அவர் ஏதோ ஒரு நிறுவனத்தில் ஒரு சிறிய வேலையில் இருந்தார், நல்ல திறமைசாலிதான், ஆனால், அதை நிரூபிப்பதற்கு நல்ல வாய்ப்பு ஏதும் அமைந்திருக்கவில்லை.

இந்த நேரத்தில்தான் ரயான் அந்த ட்வீட்டைப் பார்த்தார்:

'ஒரு புதிய நிறுவனம், இடம் அடிப்படையிலான சேவை, இன்னும் சந்தைக்கு வரவில்லை, ஆனால், இதில் பெருந்தலைகள்

முதலீடு செய்திருக்கிறார்கள். இதை ஏற்று நடத்த ஒரு நல்ல மேலாளர் தேவை. யாராவது ஆட்டத்துக்கு வருகிறீர்களா?'

இங்கே ஓரளவு தூய்மையாக மொழிபெயர்க்கப்பட்டிருக்கிற இந்த ட்வீட், உண்மையில் கொச்சையான ஆங்கிலத்தில்தான் இருந்தது. போதாக்குறைக்கு, எஸ்.எம்.எஸ். சுருக்கமொழி வேறு.

பொதுவாக வேலைக்கு ஆள் தேவை என்று எழுதுகிறவர்கள் பந்தாவான மொழிநடையைப் பயன்படுத்துவார்கள். அப்போதுதான் திறமைசாலி ஆட்கள் புருவத்தை உயர்த்துவார்கள், நம் நிறுவனத்தைத் தேடிவருவார்கள் என்று நினைப்பார்கள்.

ஆனால், அதுபோன்ற எதிர்பார்ப்புகளெல்லாம் இன்றைய தலைமுறையில் மாறிக்கொண்டிருக்கின்றன. இந்த ட்வீட்டை எழுதிய ட்ராவிஸ் கலானிக் இதைப்பற்றியெல்லாம் கவலைப்படவில்லை. சாதாரணமாக, 'அந்த சினிமா செம போர் மச்சி' என்று எழுதுவதுபோல் இதையும் எழுதி விட்டார்.

அதைப் படித்த ரயானும் இளைஞர். ஆகவே, மொழியைப்பற்றியெல்லாம் அலட்டிக்கொள்ளாமல் அந்த ட்வீட்டுக்குப் பதில் எழுதினார். 'எனக்கு ஆர்வமுண்டு. மின்னஞ்சலில் பேசுவோம்.'

விரைவில், ட்ராவிஸூம் ரயானும் பேசினார்கள். ட்ராவிஸ் தொடங்கி நடத்திவந்த நிறுவனத்தில் ரயான் இணைந்தார். அவர் அறிமுகப்படுத்தத் திட்டமிட்டிருந்த 'சேவை'யை மேம்படுத்தத்தொடங்கினார்.

இங்கே 'சேவை' என்ற சொல்லை மேற்கோள்குறிக்குள் குறிப்பிடக் காரணமுண்டு. பொதுவாக இந்தச் சொல்லைத் தன்னலம் எதிர்பாராத பணி என்கிற பொருளில்தான் நாம் பயன்படுத்துகிறோம். 'சமூக சேவை' என்கிறோம், 'சேவை செய்யும் நோக்கத்துடன் அரசியலுக்கு வந்தார்' என்கிறோம்.

தொழிலுலகத்தில் 'சேவை' என்பதன் பொருள், 'பணி' என்பதுதான். அதற்காகக் காசு பெற்றுக்கொண்டாலும்,

அதன்மூலம் லாபம்பார்த்தாலும், அது சேவைதான். எடுத்துக்காட்டாக: தொலைபேசிச்சேவை, இணையச்சேவை, விமானச்சேவை.

ஆக, எந்தவொரு நிறுவனமும் இரண்டுவிதங்களில் சந்தைக்கு வரலாம்: தயாரிப்புகளை வழங்கலாம், அல்லது, சேவைகளை வழங்கலாம்.

எடுத்துக்காட்டாக, ஒருவர் பேனாக்களை விற்கிறார் என்றால், அவர் 'தயாரிப்பு'களின்மூலம் தொழில் செய்கிறார் என்று பொருள். இவற்றை *Product-based Companies* என்பார்கள்.

மாறாக, கண்ணால் பார்க்கமுடியாத, கையால் தொட்டுப் பார்க்கமுடியாத பணிகளின்மூலம் தொழில் செய்கிறவர்களை *Service-based Companies* என்பார்கள். எடுத்துக்காட்டாக, தையல்காரர் எந்தப் பொருளையும் விற்பதில்லை, தைத்தல் என்கிற சேவையைத்தான் விற்கிறார்.

ட்ராவிஸ் தொடங்கி நடத்திவந்த நிறுவனமும் இந்தச் சேவை வகையில்தான் வரும். அவர்கள் டாக்ஸி சேவையை விற்கத் திட்டமிட்டிருந்தார்கள்.

அதாவது, ஒருவர் ஓரிடத்திலிருந்து இன்னோரிடத்துக்குச் செல்லவேண்டுமென்றால், தெருவில் இறங்கி ஒரு டாக்ஸியைக் கைநீட்டி நிறுத்தவேண்டும். அதற்குப் பதிலாக உட்கார்ந்த இடத்திலிருந்து டாக்ஸியை அழைத்தால் எப்படியிருக்கும்?

ட்ராவிஸின் அந்த ட்வீட்டிலிருந்த 'இடம் அடிப்படையிலான சேவை' என்ற சொற்றொடருக்கு இப்போது பொருள் புரிந்திருக்கும். ஒருவர் எந்த இடத்தில் *(GPS Location)* இருக்கிறார் என்பதைத் தெரிந்துகொண்டு அங்கேயே டாக்ஸியை அனுப்பக்கூடிய புதுமையான சேவை இது.

ஆரம்பத்தில் இதற்கு ரொம்பச் செலவானது. சாதாரண டாக்ஸியைவிட இதற்கு அதிகக் கட்டணம் வசூலிக்க வேண்டியிருந்தது. அதேசமயம், இருக்கும் இடத்திலிருந்து டாக்ஸியை அழைக்கலாம் என்கிற சவுகர்யத்துக்காக மக்கள்

அந்தக் கூடுதல் தொகையைத் தருவார்கள் என்று நினைத்தார் ட்ராவிஸ்.

அதற்குமுன் ஓரிரு நிறுவனங்களைத் தொடங்கி நடத்திய அனுபவம் ட்ராவிஸுக்கு உண்டு. அவற்றில் ஒரு நிறுவனம் அவரை நீதிமன்றத்துக்கே இழுத்துச்சென்றது; இன்னொரு நிறுவனத்தில் ஓரளவு சம்பாதித்தார்; அந்தத் தைரியத்தில்தான் இந்தப் புதிய முயற்சியில் இறங்கியிருந்தார்.

உண்மையில் இது ட்ராவிஸின் யோசனையே இல்லை. அவரோடு சேர்ந்து இந்த நிறுவனத்தில் முதலீடு செய்திருந்த கார்ரெட் காம்ப் என்பவருடைய யோசனைதான்.

ஒரு புத்தாண்டுக் கொண்டாட்டத்தின்போது, கார்ரெட்டும் அவருடைய நண்பர்களும் ஒரு காரை வாடகைக்கு எடுத்திருந்தார்கள். அதற்கு ஏகப்பட்ட செலவாகிவிட்டது.

அப்போதிலிருந்து, ‘இந்த டாக்ஸிக் கட்டணத்தைக் குறைக்க ஏதாவது வழி உண்டா?’ என்று யோசித்துக்கொண்டிருந்தார் கார்ரெட். ‘ஒரு காரில் பல பேர் செல்லும்போது ஆளாளுக்குக் கொஞ்சம்கொஞ்சம் பணம் தந்தால் எல்லாருக்கும் செலவு குறையுமே’ என்று ஒரு யோசனை கிடைத்தது. இதுதான் பின்னர் வேறுவிதமாக மாறி ‘ஊபர்கேப்’ என்ற பெயரில் புதிய சேவையாக அறிமுகப்படுத்தப்பட்டது. விரைவில் அந்தப் பெயர் இன்னும் சுருங்கி ‘ஊபர்’ என்றானது.

‘ஊபர்’ டாக்ஸியின் கட்டணம் தொடக்கத்தில் அதிகமாக இருந்தபோதும், மக்கள் இதனை விரும்புவார்கள் என்று பலரும் நினைத்தார்கள். அந்த நிறுவனத்தில் முதலீடுசெய்ய முன்வந்தார்கள்.

அதேசமயம், இந்தச் சேவை வெற்றிபெறவேண்டுமென்றால், வாடிக்கையாளர்கள் மிக எளிதாக ஓர் ஊபர் டாக்ஸியைப் பதிவுசெய்ய இயலவேண்டும், அவர்கள் க்ளிக் செய்கிற நேரத்தில் சட்டென்று ஒரு டாக்ஸி கிடைக்கவேண்டும், அது சரியாக அவர்கள் வீட்டு வாசலுக்கே வந்து நிற்கவேண்டும், அந்த டாக்ஸிக்கு அவர்கள் எளிதில் பணம் செலுத்துகிற சவுகர்யங்கள்

வேண்டும்... இவை அனைத்தையும் பார்த்துப்பார்த்துச் செய்துகொண்டிருந்தார் ரயான்.

ஊபருக்கு வசதியாக, ஸ்மார்ட்போன்கள், அதிவேக இணையம், கூகுள் மேப்ஸ் என்னும் வரைபடச்சேவையின் துல்லியம் என அனைத்துமே இந்தக் காலகட்டத்தில் மேம்பட்டன. இதன்மூலம் முன்பு எப்போதுமில்லாத ஒரு சேவையை அவர்களால் வழங்க இயன்றது.

2011ம் ஆண்டு, ஊபரின் சேவை முதன்முதலாக சான்ஃப்ரான்சிஸ்கோவில் அறிமுகமானது. அதன்பிறகு, படிப்படியாக மற்ற நகரங்கள், நாடுகளுக்குச் சென்றார்கள்.

ஆனால், இப்படிப் புதிய சந்தைகளுக்குச் செல்லச்செல்ல, புதிய பிரச்னைகளும் வந்தன. ஊபரின் வருகை தங்களுடைய வருவாயைப் பாதிப்பதாகப் பலரும் நினைத்தார்கள். அவர்களுக்குப் போட்டியாகப் புதிய நிறுவனங்கள் தொடங்கப்பட்டன. சில இடங்களில் ஊபர் நுழையமுடியாதபடி, அப்படியே நுழைந்தாலும் லாபகரமாக இயங்கமுடியாதபடி நெருக்கடிகள் தரப்பட்டன. ஊபர் தன்னுடைய ஓட்டுநர்களைச் சரியாக விசாரித்துச் சேர்ப்பதில்லை, இதனால் வாடிக்கையாளர்களின் பாதுகாப்பு கேள்விக்குறியாகிறது என்று சர்ச்சைகள் எழுந்தன.

இன்றைக்கும் ஊபர்பற்றி நிறைய குற்றச்சாட்டுகள் உள்ளன. இவற்றில் பலவற்றில் ஊபர்மீது தவறு இருக்கக்கூடும். அதேசமயம் டாக்ஸி சேவை என்கிற துறையை அவர்கள் புரட்டிப்போட்டது உண்மை. இனி அந்தத்துறை பழைய நிலைக்குச் செல்லவேமுடியாது. ஊபர் இல்லாவிட்டால் இன்னொருவர் இந்தப் புதிய சவுகர்யங்களை வழங்கியே தீரவேண்டும்.

சில வருடங்களுக்கு முன்புவரை டாக்ஸி என்றாலே அது பணக்காரர்கள்மட்டும் பயன்படுத்துகிற விஷயம் என்கிற நிலை இருந்தது. ஆனால் இன்றைக்கு, எல்லாரும் டாக்ஸியை அழைக்கலாம், ஒரு ஸ்மார்ட்போனும் இணையவசதியும்

இருந்தால் நம் இருப்பிடத்துக்கே டாக்ஸியை வரவழைக்கலாம், செல்லவேண்டிய இடத்துக்கு விரைவாகவும் குறைந்த செலவிலும் சென்றுசேரலாம். ஒரே காரைப் பலர் பகிர்ந்துகொள்ளும் வசதியைப் பயன்படுத்தினால் செலவு இன்னும் குறையும்.

ஆனால், இந்த வசதி வாடிக்கையாளர்களுக்குப் பலன் தந்ததைப்போல் ஓட்டுநர்களுக்கு, கார் உரிமையாளர்களுக்குப் பலன் தந்திருக்கிறதா? அவர்கள் லாபம்சம்பாதிக்கிறார்களா? மகிழ்ச்சியாக இருக்கிறார்களா?

இந்தக் கேள்விக்கு நிச்சயமான பதிலைக் கண்டறிவது சிரமம். ஏராளமானோர் புதிய கார்களை வாங்கி ஊபர்போன்ற சேவைகளில் இணைந்திருப்பதைப் பார்க்கிறோம். அவர்கள் நன்கு சம்பாதிப்பதாகவும் சொல்கிறார்கள். இன்னொருபக்கம், 'இதெல்லாம் நமக்குச் சரிப்படாது' என்று கார்களை விற்றுவிட்டுச் செல்கிறவர்களும் இருக்கிறார்கள்.

இன்றைக்கு ஊபர் சந்திக்கும் மிகப்பெரிய பிரச்னை இதுதான்: டாக்ஸி ஓட்டுநர்களை, உரிமையாளர்களை மகிழ்ச்சியாக வைத்தபடி வாடிக்கையாளர்களுக்கும் குறைந்த செலவில் எளிதாக டாக்ஸி சேவையைத் தருவது எப்படி? இந்தப் புதிரைத் தீர்த்தால்தான் அவர்கள் அடுத்தகட்டத்துக்குச் செல்ல இயலும்.

இந்த விஷயத்தில் தொழில்நுட்பம் அவர்களுக்கு உதவக்கூடும். வருங்காலத்தில் ஓட்டுநரில்லாத கார்கள் அறிமுகமாகும் என்கிறார்கள். ஊபர்போன்ற நிறுவனங்கள் அதைப் பயன்படுத்திக்கொண்டு செலவைக்குறைக்கலாம், சேவையை மேம்படுத்தலாம். ஊபர் ஏற்கெனவே இதுபோன்ற தொழில்நுட்பங்களை ஆராயத்தொடங்கிவிட்டது.

ஒரு சிறிய முதலீட்டில் தொடங்கப்பட்ட ஊபர் இன்றைக்கு உலகிலேயே மிக அதிக மதிப்புகொண்ட நவீன நிறுவனமாகக் கருதப்படுகிறது. சர்வதேச அளவில் அறுநூறுக்கும் மேற்பட்ட நாடுகளில் இயங்கிவரும் ஊபரின் இப்போதைய சந்தைமதிப்பு கிட்டத்தட்ட எழுபது பில்லியன் டாலர்.

இதன் பொருள், மக்களுக்குத் தேவையுள்ள ஓர் இடைவெளியைக் கண்டறிந்து, தொழில்நுட்பத்தின் துணையோடு அதை நிரப்பி, அந்தத் தீர்வைச் சரியானமுறையில், சரியானவிலையில் சந்தைக்குக் கொண்டுசென்றால், அதைத் தொடர்ந்து மேம்படுத்திவந்தால், எத்தகைய போட்டிக்கு மத்தியிலும் நிச்சயம் வெற்றிபெறலாம்!

(நிறைவடைந்தது)

★★★

தெளிவான எழுத்தும் ஆழமான ஆய்வும் நிறைந்த நூல்களுக்காகத் தமிழ் வாசகர்களிடையில் நன்கு அறியப்பட்டுள்ள என். சொக்கன் புனைவு, வாழ்க்கை வரலாறு, நிறுவன வரலாறு, தன்னம்பிக்கை, சிறுவர் இலக்கியம் உள்ளிட்ட துறைகளில் இதுவரை எழுபதுக்கும் மேற்பட்ட நூல்கள், நூற்றுக்கணக்கான கதைகள், கட்டுரைகளை எழுதியுள்ளார். விரிவான ஆய்வுகள், சான்றுகளின் அடிப்படையிலான ஆழமான வரலாற்று நூல்களைத் தமிழில் எழுத இயலும், அவற்றைப் பெரும்பான்மை வாசகர்களுக்குக் கொண்டுசேர்க்கவும் இயலும் என்பதைப் பலமுறை நிரூபித்த எழுத்து வகை இவருடையது.

தமிழ், ஆங்கிலம் ஆகிய இரு மொழிகளிலும் எழுதும் சொக்கனுடைய நூல்கள் ஹிந்தி, கன்னடம், மலையாளம் உள்ளிட்ட பல மொழிகளில் மொழிபெயர்ப்பாகியுள்ளன.

www.ingramcontent.com/pod-product-compliance
Lightning Source LLC
LaVergne TN
LVHW040803051026
849519LV00007BA/2594